திராவிடப் பத்திரிகைகளில் ஆதிதிராவிடர் ஆவணங்கள்

தொகுப்பாசிரியர்
கோ. ரகுபதி

தடாகம்

தடாகம்

திராவிடப் பத்திரிகைகளில் ஆதிதிராவிடர் ஆவணங்கள்

- தொகுப்பாசிரியர்: கோ. ரகுபதி
- முதற்பதிப்பு: மே 2022
- பக்க வடிவமைப்பு: கி. ஆஷா
- அட்டை ஓவியம், வடிவமைப்பு: M Creative

Book Name & Editor Name: *Tiravita Pattirikaikalil Atitiravitar Aavanankal* by *K. Ragupathi*

© *K. Ragupathi*

Published by:

THADAGAM
No.112, First Floor, Thiruvalluvar Salai
Thiruvanmiyur, Chennai 600041
Mob: +91-98400-70870
www.thadagam.com | info@thadagam.com

ISBN: 978-93-93361-16-5

Published on May 2022

Price: ₹ 160

அர்ப்பணிப்பு

பெரியார் பகுத்தறிவு நூலகம் மற்றும் ஆய்வகம்
பெரியார் திடல்
சென்னை

தொகுப்பாசிரியரைப் பற்றி

கோ. ரகுபதி (1975), தூத்துக்குடி மாவட்டம் சாத்தான்குளம் வட்டம், பிடாநேரி கிராமம், டி.கே.சி நகரைச் சேர்ந்தவர். தொடக்கக் கல்வியை தேரிப்பனை T.D.T.A. நடுநிலைப் பள்ளியிலும் நடு, உயர், மேல்நிலைப் பள்ளிக் கல்வியை நாசரேத் மர்காஷியஸ் பள்ளியிலும் பயின்றார். நாசரேத், பிள்ளையான்மனை மர்காஷியஸ் கல்லூரியில் இளங்கலைப் பட்டத்தையும் திருநெல்வேலி மனோன்மணியம் சுந்தரனார் பல்கலைக்கழகத்தில் முதுகலை, முனைவர் பட்டங் களையும் பெற்றார். தமிழ்த் தினசரி ஒன்றில் நிருபராக ஓராண்டும் மேற்குறிப்பிட்ட பல்கலைக்கழகத்தின் சமூக விலக்கல் & உட் கொணர்வு கொள்கை ஆய்வு மையத்தில் இணை ஆராய்ச்சியாளராக இரண்டரை ஆண்டுகளும் பணியாற்றினார். 2011ஆம் ஆண்டு தமிழ் நாடு அரசுக் கல்லூரியில் சேர்ந்து சேலம் மாவட்டம் ஆத்தூர், வடசென்னிமலை, அறிஞர் அண்ணா அரசுக் கல்லூரி, திண்டிவனம், திரு ஆ. கோவிந்தசாமி அரசினர் கலைக் கல்லூரி, சென்னை மாநிலக் கல்லூரி ஆகியவற்றில் வரலாற்றுத் துறையில் உதவிப் பேராசிரியராகப் பணியாற்றி தற்போது மாற்றுப் பணியில் தமிழக அரசு புதிதாக நிறுவியுள்ள தமிழ்நாடு மாநில ஆதிதிராவிடர் & பழங்குடியினர் ஆணையத்தில் உறுப்பினராகப் பணியாற்றுகிறார். ஹிந்து ஜாதியக் கட்டமைப்பையும் இதனால் சுரண்டப்பட்டு ஒடுக்கப் படும் ஜாதியற்றோர் குறித்து ஆய்வுக் கட்டுரைகளையும் நூல்களையும் தொடர்ந்து எழுதுகிறார்.

பொருளடக்கம்

1. முன்னுரை: ஆதிதிராவிடர் ஆவணங்கள் 11
சில குறிப்புகள்

2. ஆதிதிராவிடரின் அவலநிலை: 19
போர்டுகளும் ஆதிதிராவிடர்களும் -
கே.எம். தானியேல் மேஸ்திரி
தண்ணீருக்குக் கண்ணீர் - ராம சொக்கலிங்கம் பிள்ளை
ஆதிதிராவிடர்களின் குறைகள் - ஜி.எம். ராஜூ
ஆதிதிராவிடர்களென்றால் அருவருப்பா? -
பள்ளப்பட்டி அ. ராமசாமி
ஆதிதிராவிடர்களுக்கு தண்ணீர் தகராறு - வி.பி.எஸ். மணி
மேலரசூர் ஜாதிக் கொடுமை - மேலரசூர் ஆதிதிராவிடர்கள்
'பள்ளர்'களின் பகிரங்கக் கடிதம் - ஊர் மக்கள்
லேபர் டிபார்ட்மெண்டும் ஆதிதிராவிடர்களும் -
பி. மரியண்ணன்
தாழ்ந்த வகுப்பார் சாட்சியம்
ஆதிதிராவிடர் விண்ணப்பம் - ஒரு நிருபர்
சேலம் ஆட்சியருக்கு மனு - ஊத்தங்கரை ஆதிதிராவிடர்கள்
கோர்ட்டிலும் ஜாதித் திமிரா? - ஒரு நிருபர்

3. மதம்: மதிப்பும் அவமதிப்பும் 40
இந்துமதக் கொடுமை - வி. அண்ணாமலை
அம்மன் விழாவில் - இளந்திருமாறன்

கோவில் பிரவேச வழக்கு - இராஜகோபாலாச்சாரியார்
ஈரோடு ஆலயப் பிரவேச வழக்கு - விசேஷ நிருபர்
சீலையம்பட்டி மதம் மாற்றம் - ஒரு நிருபர்
திருவண்ணாமலையில் மகமதியராகத் தயார் - ஆதிதிராவிடர்
திரு. ஏ. எஸ். ஜானின் சொற்பொழிவு
ஒடுக்கப்பட்டோர் உரிமைகள் - இரட்டைமலை சீனிவாசன்
அயல் மதஞ் சென்ற ஆதிதிராவிடர் நிலை - பி.எம். தாஸ்.
கிறிஸ்துவர்களும் தொண்டர்படையும் - பி.எம். தாஸ்
தாழ்த்தப்பட்ட கிறிஸ்துவர்களுக்கு அறிக்கை -
    பி.எம். தாஸ்
கிறிஸ்துவ மதத்தில் தீண்டாமை - எம். தேவதாசன் &
    ஜி. ஆர். பிரேமையா
தீண்டப்படாத கத்தோலிக்கர்களுக்கு வேண்டுகோள் -
    விளம்பர கமிட்டி
ஆதிதிராவிடர்களுக்கு விண்ணப்பம் -
    அ. பாலகிருஷ்ணன்
விலக்கப்பட்ட கிறிஸ்துவர்களுக்கோர் விளக்கம் -
    ஆர்.பி. தங்கவேலன்
அரசியலில் தாழ்த்தப்பட்ட கிறிஸ்தவர்கள் -
    திருச்சி அந்தோணி

4. ஆதிதிராவிடர் அரசியல்   100
    ஆதிதிராவிடர்களுக்கு எச்சரிக்கை -
        பெ. தா. அலெக்சாந்தர்
    தாலுக்கா போர்டும் ஆதிதிராவிடர்களும் -
        கெ.எம். தானியேல் மேஸ்திரி
    அம்பத்கார் - சீனிவாசன் அறிக்கை
        எம்.சி.ராஜா பேச்சு
    நேருவுக்கு வரவேற்பு - தூத்துக்குடி ஆதிதிராவிடர்கள்

தனித்தொகுதியே வேண்டும் - சிந்தாதிரிப்பேட்டை
   மு. கோவிந்தராமன்
தீண்டாமையும் இந்தியாவும் - சிந்தாதிரிபேட்டை
   மு. கோவிந்தராமன்
தாழ்த்தப்பட்டோருக்கு விண்ணப்பம் - டி.ஏ.சுந்தரம்
காங்கிரஸாரிடம் சிக்காதீர்கள் - பி, பாலசுந்தரம் பிள்ளை
குடியானவர்கள் தலையிடுவதேன்? - எஸ். வி.வி.
காந்தி - தாழ்த்தப்பட்ட வாலிபர் சந்திப்பு
தாழ்த்தப்பட்டோர் அடைந்த ஏமாற்றம் - எம்.சி. ராஜா
யுத்த உதவியில் பெண்கள் - மீனாம்பாள் சிவராஜ்

5. *ஜாதி வன்முறை*   *131*

குடிப்பதிலும் ஜாதி வித்தியாசம்!
ஓட்டல்களில் ஏன் மறியல் செய்யக் கூடாது -
   ப. அழகானந்தம்
ஆதிதிராவிடர்களும் காங்கிரஸும் - மீனாம்பாள் சிவராஜ்
A memorandum - Rettaimalai Srinivasan
Terrorising the Depressed Classes -
   R. Veerian & Rettaimalai Srinivasan
Oral Evidence - M.C. Rajah & Rettaimalai Srinivasan

6. *சங்கச் சச்சரவுகள்*   *144*

ஆதிதிராவிடர்களுக்கு வேண்டுகோள் - ஓர் ஆதிதிராவிடர்
ஆதிதிராவிட சபையின் உண்மை - பி. ராஜகோபாலன்
திரு. இராஜாவும், அவரைக் குறை கூறுபவர்களும்
   - ஒரு களங்கமற்ற ஆதிதிராவிடர்

7. *தாழ்த்தப்பட்டாரின் உண்மை நிலை - பாலகுருசிவம்*   *150*

1. முன்னுரை: ஆதிதிராவிடர் ஆவணங்கள் சில குறிப்புகள்

ஆவணங்கள் உருவாக்கம்

ஆரிய ஸநாதந ஹிந்துமத படிநிலைச் சாதியமைப்பின் சிக்கலை விரிவாக விவாதிக்கும் போக்கை பிரித்தானியரின் நவீன அச்சுப் பண்பாடு விளைவித்தது. இதன் வழியாகக் கருத்துகள், தேவைகள், வரலாறு அடையாளம் போன்றவை வெளியிடப்பட்டன. ஒவ்வொரு ஜாதியினரும் மதத்தினரும் பொது ஊடகங்களைச் சார்ந்திருந்த அதே சமயம் தங்களுக்கெனச் சுயமாகவும் பத்திரிகைகளை வெளியிட்டனர். மகளிருக்கெனத் தனி இதழ்கள் வெளியாயின. இவற்றில் பலவும் அழிந்துவிட்டன; சொற்பமானவை முழுமையாகவும் செல்லரித்தும் தப்பிப் பிழைத்துள்ளன. இவற்றைக் கண்டெடுத்து மறுபதிப்பு செய்வது அவசியம். ஆதிதிராவிடர்களை மையப்படுத்தி அவர்களும் பிறரும் எழுதிய நூல்கள், கட்டுரைகள், கலை இலக்கியப் படைப்புகள் போன்றவற்றை ஆவணப்படுத்தும் போக்கு கடந்த இருபது ஆண்டுகளாக நிகழ்கின்றன. அறியப்பட்ட ஆதிதிராவிட ஆளுமைகள் எழுதியவைதான் மறுபதிப்பு செய்யப்பட்டுள்ளன; அவையும் முழுமையானவை அல்ல. இந்தப் பணி கடுமையானது; தனி நபர் ஒருவரால் மட்டும் அதைச் செய்ய இயலாது. பலரும் தங்கள் தேடலில் கிடைப்பனவற்றை ஆவணப்படுத்த வேண்டும். ஒருவர் வெளியிட்ட ஆவணத்தையே மற்றொருவர் மீண்டும் வெளியிடுவது தவிர்க்கப்பட வேண்டும்.

படிநிலை ஜாதியக் கட்டமைப்பு நவீனமாக உருமாறிக்கொண் டிருந்த அக்கால நிகழ்வுப் போக்கோடு தங்களை இணைத்துக் கொண்டு அதற்கு ஆதரவாகவும் தங்கள் முன்னேற்றத்துக்கு இடை யூறாக இருப்பனவற்றுக்கு எதிராகவும் கடிதம், விண்ணப்பம், அறிக்கை போன்ற வடிவங்களில் ஆதி திராவிடர்கள் அச்சு ஊடகங் களில் வினையாற்றியவை இந்நூலில் தொகுக்கப்பட்டுள்ளன.

ஆதிதிராவிட, திராவிட இயக்க அரசியல், 'கோட்பாடு அடிப் படையில் முரண்பட்டவை அல்ல'. முந்தையதிலிருந்து பிந்தையது பரிணமித்ததால் அவை ஒன்றுக்குக்கொன்று இணக்கமாய் இயங்கின. திராவிட இயக்கப் பத்திரிகைகளான திராவிடன், நகரதூதன், புரட்சி, குடி அரசு போன்றவை தங்கள் கருத்துக்களை வெளியிட்டதோடு தங்களுக்கு இணக்கமான இயக்கங்களின் நடவடிக்கைகளையும் விரிவாக வெளியிட்டன. இப்பத்திரிகைகளின் ஆசிரியர்கள் ஆதி திராவிடர்கள் எழுதியவற்றைக் கத்தரித்துச் சுருக்கியதாகத் தெரிய வில்லை! அக்காலத்தில் திராவிடப் பத்திரிகைகளில் வெளியான ஆதிதிராவிட எழுத்துகளின் அளவையும் அடர்த்தியையும் அதே காலத்தில் ஆரிய, தேசியப் பத்திரிகைகளில் வெளியான ஆதிதிராவிட எழுத்துகளோடு ஒப்பிட்டால் திராவிட இயக்கப் பத்திரிகைகளில்தான் ஆழமாகவும் விரிவாகவும் ஆதிதிராவிடர் எழுத்து வெளியானது தெளிவாகும். ஆகவே, ஆதிதிராவிடர் ஆவண உருவாக்கத்தில் திராவிட இயக்கங்களின் பங்கு மகத்தானது.

ஆவணங்கள் கூறும் வரலாறு

ஒரு சிக்கலை மட்டும் மையமாகக் கொண்டு அது தொடர்பான வற்றை முழுமையாக அல்லாமல், பல சிக்கல்கள் தொடர்பான வெவ்வேறு ஆவணங்கள் இந்நூலில் தொகுக்கப்பட்டுள்ளன. இவை ஆதிதிராவிடர்களின் எதார்த்தச் சிக்கல்களை அடையாளங்கண்டு அவற்றைத் தீர்ப்பதற்கான இயக்கங்கள் முன்னெடுக்கப்பட்டதைத் தெரிவிக்கின்றன. இயற்கைவளங்கள், மதம் சார்ந்த, சார்பற்ற பொது நிறுவனங்களில் ஆதிதிராவிடர்களுக்குப் பொதுவுரிமை மறுக்கப் பட்டதைக் கண்டித்தும், அரசியல் பொருளாதார பேச்சுகளும் எழுத்து களும் தொகுக்கப்பட்டுள்ளன. ஆதிதிராவிடர் இயக்கம் பரந்துவிரிந்த அளவில் பேரியக்கமாகச் செயல்படவில்லை; உள்ளூரளவில் இயங் கியது எனக் கூறப்படுவது உண்டு. ஒரே சங்கத்தின் கீழ் செயல்பட வில்லை என்றபோதிலும் ஒரு இயக்கம் மற்றொரு இயக்கத்தை ஆதரித்ததைச் சில ஆவணங்கள் தெரிவிக்கின்றன. ஈரோட்டில் 1929 ஏப்ரல் 04 அன்று நடைபெற்ற ஈஸ்வரன் கோயிலில் நுழைவுப் போராட்டத்தில் பங்கேற்ற ஆதிதிராவிடர் இருவரைச் சிறையில் அடைத்ததைக் கண்டித்து 1929 ஏப்ரல் 27 அன்று திருச்செந்தூர் வட்டாட்சி ஏழுவரைமுக்கி கிராமத்தில் நடைபெற்ற திருநெல்வேலி மாவட்ட சாம்பவர் மாநாட்டில் தீர்மானம் நிறைவேற்றப்பட்டதானது ஆதிதிராவிடர் இயக்கத்தின் பேரியக்கத் தன்மையைத் தெரிவிக்கிறது.

ஈரோட்டுக்கும் எழுவரைமுக்கிக்கும் இடையே பெருந்தொலைவு உண்டு; அந்தக் கிராமத்திற்குச் சமீப காலங்களில்தான் பேருந்து வசதி செய்யப்பட்டது. போக்குவரத்து வசதி இல்லாத அக்காலத்தில் அக்குக்கிராமத்தில் நடைபெற்ற மாநாடு அதற்கு வெகுதொலைவில் நடைபெற்ற போராட்டத்தை ஆதரித்ததானது ஆதிதிராவிடர் இயக்கம் வலுவாக வேரூன்றியதைக் காட்டுகிறது. ஈரோடு ஈஸ்வரன் கோயில் நுழைவுப் போராட்ட வழக்கு விசாரணையைத் திராவிடன் பத்திரிகை இரண்டு நாட்களில் மூன்று முழுப் பக்கங்களில் வெளியிட்டது. இது கோயில் நுழைவுப் போராட்டம் பெற்றிருந்த முக்கியத்துவத்தைக் காட்டுகிறது. இக்காலங்களிலும் ஆதிதிராவிடர்கள் கோயில் நுழைவு உரிமைக்காகப் போராடுகின்றனர். ஆனால், அச்செய்திகளைத் தினசரிப் பத்திரிகைகள் விரிவாக வெளியிடுவதில்லை. ஒருவேளை வெளி யிட்டால் பத்திரிகையின் ஒரு மூலையில் அது இருக்கும்.

மதமாற்றம் உள்ளூரளவிலான "மாற்று இயக்கம்", ஓரிடத்தில் நிகழும் மதமாற்றம் வேறு இடத்தில் தாக்கத்தை ஏற்படுத்தவில்லை என்ற கருத்து நிலவுகிறது. மேலும், "தீண்டத்தகாத" சமூகங்களிடம் இணக்கம் இல்லை அவை தனித்தனியாகச் செயல்பட்டன எனக் கூறப்படுவதுண்டு. இக்கருத்தாக்கங்களைச் சில ஆவணங்கள் மறுக் கின்றன. தேனி மாவட்டம் சீலையாம்பட்டியில் 1929 அக்டோபர் மாதத்தின் தொடக்கத்தில் "குடும்பர்கள்" (தேவேந்திரர்கள்) இசுலாம் மதத்தைத் தழுவியதை ஆதரித்து திருவண்ணாமலையில் 200 ஆதி திராவிடர் குடும்பங்களும் 1929 அக்டோபர் மாதத்தின் இறுதியில் இசுலாமைத் தழுவப்போவதாக அறிவித்தனர். இந்நிகழ்வுகள் மத மாற்றத்தின் பேரியக்கத் தன்மையையும் "தீண்டத்தகாதோர்" இணக்க மாக இயங்கியதையும் தெரிவிக்கின்றன. ஆதிதிராவிடர்களின் எதார்த்த நிலையானது கிறிஸ்துவர், ஹிந்து, பௌத்தர் என்ற மத வேறுபாடு இல்லாமல் ஒருங்கிணைந்து இயங்க வித்திட்டது இருப்பினும், பிரித்தானிய ஏகாதிபத்தியம் அவர்களுக்கு வழங்கிய அரசியல் பொருளாதார உரிமைகள் வேறுபாட்டையும் பிளவையும் விளை வித்தது. இதனால் விவாதமும் கிறிஸ்துவ ஆதிதிராவிடர் இயக்கமும் தோன்றியதை சில கட்டுரைகள் தெரிவிக்கின்றன. ஆதிதிராவிட கிறிஸ்துவ இயக்கம் தோன்றிய வரலாறு ஆய்வுக்குரியது. இதில் உருவான ஆளுமை பி.எம். தாஸ் ஆவார். இச்சிக்கல்கள் உருவான காலத்தில் இவர் கிறிஸ்தவராக மாறினார். 1895-ம் வருடத்திலிருந்து பல வருடங்களாக, பறையர் மஹாஜன சபையின் சார்பாக, மாவட்டங் களில் அரசியல் பிரச்சார வேலையைச் செய்த பொன்னுசாமியின்

குமாரராவார். ஆதிதிராவிடரில் மத வேறுபாடு கூடாது என ஏ.எஸ். ஜான் வலியுறுத்தினார். இவர் எந்தப் பகுதியைச் சேர்ந்தவர் என அறிய இயலவில்லை. இலங்கையைச் சேர்ந்தவரா? தமிழகத் திலிருந்து இலங்கைக்கு இடம்பெயர்ந்தவரா? என்பதைக் கூற ஆதாரங்களைத் தேட வேண்டும். இலங்கையில் அவர் தொழில் செய்தார். கொழும்பிலிருந்து வெளியான 'இந்தியன்' பத்திரிகையின் ஆசிரியராகவும் இருந்தார். திருச்சிராப்பள்ளி செங்குளம் என்னும் பகுதியில் 1928 ஆகஸ்ட் 17 அன்று நடைபெற்ற கூட்டத்திலும், 1929 ஆகஸ்ட் 11 அன்று நடைபெற்ற ஆதிதிராவிடர்களின் இராமநாதபுரம் மாவட்ட முதலாவது மகாநாட்டிலும் பங்கேற்றார். இராமநாதபுரம் மாவட்டத்தில் ஆதிக்க ஜாதியினர் ஏவிய வன்முறைகளுக்கு எதிரான ஆதிதிராவிடர்களின் போராட்டத்துக்குத் தலைமை தாங்கிய அதே காலத்தில் அம்பேத்கரின் இரட்டை வாக்குரிமைக்கு ஆதரவாகப் பிரச்சாரமும் செய்தார்.

மது தரும் 'மணிநேர'' போதையைவிட ஹிந்து ஜாதியம் ஏற்றும் 'இராப்பகல்' போதை மனிதர்களைக் கொத்து கொத்தாய்க் கொன்று குவிக்கிறது. ஹிந்து ஜாதி போதையைவிடக் குடி போதை வீரிய மற்றது. முன்னதுக்குப் பின்னது மேலும் மேலும் வெறியை அதிகரிக்கும். கள், சாராயக் கடைகளில் குடி போதையில் ஹிந்து ஜாதியினர் தீண்டாமையைப் பின்பற்றி வன்முறையில் ஈடுபட்ட சம்பவங்கள் இதற்கு உதாரணம். அதேசமயம் இங்குச் சமத்துவமும் நிலவியது. கள்ளுக்கடை மறியல் போராட்டம் இச்சமத்துவத்தைக் கெடுக்கும்; இது பிற பொதுவெளிகளில் பின்பற்றப்படும் ஜாதியத்தை மேலும் இறுக்கமாக்கும் என நுங்கம்பாக்கம் கள்ளுக்கடை மறியலை விமர்சித்து வி. சுந்தரம்பிள்ளை பேசியதை ப. அழகானந்தம் எழுதினார்.[1]

ஆதிதிராவிடர்கள் தேசிய இயக்கத்தில் பங்கேற்கவில்லை எனக் காங்கிரஸ் இயக்கத்தினரும் தேசிய வரலாற்றாளர்களும் முன் வைக்கும் குற்றச்சாட்டை எம்.சி. ராஜா, மீனாம்பாள் சிவராஜ் ஆகியோரின் கட்டுரைகள் மறுக்கின்றன. கும்பகோணம் பயணியர் விடுதியில் 1931 மே 30 அன்று நடைபெற்ற ஆதிதிராவிடர் மாநாட்டில் "இந்தியாவுக்கு சுயராஜ்யம் இன்றியமையாததாகும். முதலில் தீண் டாமை ஒழிக்க வேண்டியது மிகவும் அவசியமென" எம்.சி. ராஜா

---

1 திராவிடன், 18 ஆகஸ்ட் 1931, மலர். 16, இதழ். 89, ப. 7.

கூறினார்.[2] காங்கிரஸ் தலைவர்கள் தீண்டாமையை ஒழிக்கப் போராடாததோடு அவர்கள் தீண்டாமையைப் பின்பற்றியதால் காங் கிரஸ் கோரிய சுதந்திரம் வருங்காலத்தில் விளைவிக்கும் ஆபத்தைக் கணித்த ஆதிதிராவிடர்கள் அது குறித்துப் பேசினர். அவர்கள் தங்களைத் தற்காத்துக்கொள்ள அரசியல் அதிகாரத்துக்காகப் போராடினர். இதற்காகப் பிரித்தானியருடன் நட்புறவு பாராட்டினர். "சைமன் மாகாணக் கமிட்டியினர்களுள் தாழ்த்தப்பட்ட வகுப்பார் களின் பிரதிநிதிகளாய் இருப்பவர் கட்கு எம்.சி.ராஜா ஓர் விருந் தளித்தார்". இதில் திரு. ஹார்ட்ஷார்ன் என்பவரைப் பிரதிநிதிகள் கண்டு பேசினர்.[3] ஆதிதிராவிடரின் போராட்டமும் பிரித்தானியருடனான நட்புறவும் அரசியல் அதிகாரத்தை நோக்கி நகர்ந்தன. கோயம் புத்தூர் மாவட்ட தாழ்த்தப்பட்ட வகுப்பார் மாநாட்டுக்குத் தலைமை தாங்கிய வி.ஐ. முனிசாமி பிள்ளை, "தாழ்த்தப்பட்ட வகுப்பார் தங்களுக்கு ஐக்கிய அமைப்புக் கமிட்டியிலும், வட்ட மேஜை மாநாட்டிலும் போதுமான பிரதிநிதித்துவம் இருக்க வேண்டுமென்று கேட்பதுதவசியமென்றும் இப்பொழுது இருக்கும் நிலைமையில், முக்கியமாக இந்த இராஜதானியில் தாழ்த்தப்பட்ட வகுப்பார் தனித் தொகுதியையே கேட்க வேண்டும்" என்று கூறினார்.[4] தனித் தொகுதிக்கான கோரிக்கை வலுவானபோது சிந்தாதிரிப்பேட்டை திரு. மு. கோவிந்தராமன் உட்பட சிலர் கட்டுரைகள் எழுதினர். காங்கிரஸில் காந்தியோடு முரண்பட்ட அதேசமயம் நேருவுடன் நட்பு பாராட்டினர். தூத்துக்குடிக்குச் சென்ற நேருவுக்கு வாசித்தளித்த வரவேற்பில் தாங்கள் அனுபவிக்கும் சிக்கல்களை ஆதிதிராவிடர்கள் பேசினர். இதற்கு அக்கூட்டத்திலேயே நேரு, "தனிப்பட்ட ஒரு வனுக்கோ, தனிப்பட்ட ஒரு வகுப்பிற்கோ, தனிப்பட்ட ஒரு மதத் திற்கோ சௌகரியத்தையளிப்பது சுயராஜ்யமாகாது. எம்மனித னுக்கும், எவ்வகுப்பினர்க்கும் எச்சமூகத்தினர்க்கும் எம்மதத்தினர்க்கும் எல்லாவித சௌகரியத்தையளிப்பது சுயராஜ்யமாகும். தென்னாட்டுத் தலைவர்கள் தீண்டாமை விஷயத்தில் சிரத்தையில்லாதிருப்பதே ஜனங்களின் தப்பபிப்பிராயத்திற்குக் காரணமாகும்" எனப் பதிலளித் தார். தென்னாட்டில் காங்கிரசு இயக்கம் தீண்டாமை ஒழிப்பில் பொறுப் பற்று இருக்கக் காரணம் அதன் தலைமையில் பிராமணர் ஆதிக்கம் நிறைந்திருப்பது ஆகும் என்றார் அவர். "நமக்கருகே உள்ள ஒருவனுக்கு

[2] திராவிடன், 2 ஜூன் 1931, மலர் 16, இதழ் 24, ப. 3.

[3] திராவிடன், 5 ஏப்ரல் 1929, மலரல் 13, இதழ் 372, ப. 6.

[4] திராவிடன், 7 ஜூலை 1931, ப. 2.

நம்முடன் சேர்ந்து குடிக்கவும் குளிக்கவும் இருக்கவும் நடக்கவும் பேசவும் எக்காரியத்தைச் செய்யவும் உரிமை கொடுக்க மனமில்லா திருக்கும்போது நமக்கு எப்படி அன்னியன் சுதந்திரம் கொடுக்க எண்ணுவான் என்பதையும், அப்படி ஒருவேளை சுதந்திரம் கொடுக்கப் பட்டுவிட்டாலும் அவ்வுரிமைகள் யாருக்கு என்பதையும் கவனிக்க வேண்டியதேயாகும்" என நேரு பேசினார்.⁵ இரண்டாம் உலகப் போரும் இந்திய விடுதலைப் போரும் நெருங்கிய காலகட்டத்தில் பிரித்தானிய ஏகாதிபத்தியத்திலிருந்து அரசியல் விடுதலை பெறும் எண்ணம் ஆதிதிராவிடர்கள் மத்தியில் மேலோங்கியது. இரண்டாம் உலகப்போரில் "தேசீயப் போர்முனை பகுதி அமைப்பாளராக" எம்.சி.ராஜா பொறுப்பில் இருந்தார்; இது குறித்த விரிவான ஆய்வு மேற்கொள்ள வேண்டும்.

ஆதிதிராவிடர் வரலாற்றில் மிக முக்கிய ஆளுமையாக அறியப் படும் மீனாம்பாள் சிவராஜ் இயக்கங்களில் முனைப்போடு செயல் பட்டார். "சென்னை, பரங்கிமலையையடுத்த வேளைச்சேரியில் 1930 ஆகஸ்ட் 31 அன்று மாலை மூன்று மணிக்குச் செங்கல்பட்டு மாவட்ட ஆதிதிராவிட மகாஜன சபையின் சங்கத் தலைவர் பி.வி. இராஜ கோபால்பிள்ளை தலைமையில் நடைபெறும் ஆதிதிராவிட மகா நாட்டை என். சிவராஜின் மனைவியார் மீனாம்பாள் திறந்துவைப்பார்" எனத் திராவிடன் பத்திரிகையில் வெளியான செய்தி அவரின் செயல் பாட்டைப் புலப்படுத்துகிறது.⁶ (இம்மாநாட்டில் சைதாப்பேட்டை முனிசிபல் கவுன்சிலர் எஸ்.வி. நாராயணசாமி தாஸ், ஜில்லாசபை உதவித் தலைவர் சி.கே. மங்களேஸ்வரம்பிள்ளை, ஆலந்தூர் யூனியன் போர்ட்டு மெம்பர் எம். கங்காதரம் உபாசகர், சென்னை எம். பாலு பிள்ளை, சென்னை ஆர். இராஜகோபால் பிள்ளை, பூந்தமல்லி ஆதி திராவிட சபை காரியதரிசி பி. கோவிந்தசாமி பிள்ளை, வி. பொன்னு சாமி பிள்ளை, கிராமப் பஞ்சாயத்து உறுப்பினர் வி.எஸ்.ஜே. குப்பு சாமி பிள்ளை, என். பெருமாள் பிள்ளை, பிருங்காசலம், டி.எம்.முனி சாமி பிள்ளை ஆகிய ஆளுமைகள் பங்கேற்பதாக அறிவிக்கப்பட்டது. இம்மாநாடு நடைபெற்ற செய்தி கிடைக்கவில்லை.⁷) மீனாம்பாள், அறிவுத் தளத்தில் இயங்கியதை அவர் எழுதிய இரு கட்டுரை களிலிருந்து அறிய முடிகிறது. இவை ஜாதி, மதம், தேசம் குறித்த அவரின் நிலைப்பாட்டைத் தெரிவிக்கின்றன.

---

⁵ திராவிடன், 30 மே 1931, மலர் 16, இதழ் 22, ப. 4.
⁶ திராவிடன், 29 ஆகஸ்ட் 1930, மலர் 15, இதழ் 198, ப. 3.
⁷ திராவிடன், 29 ஆகஸ்ட் 1930, மலர் 15, இதழ் 198, ப. 3.

"தாத்தா" என நன்கு அறியப்பட்ட இரட்டைமலை சீனிவாசனின் எழுத்துகள் ஏற்கனவே வெளியாகியுள்ளன. அவர், குடிமைப் பணி யாளர் தொடர்பாக ராயல் ஆணையத்துக்கு ஆங்கிலத்தில் எழுதிய மனு, அம்பேத்கரோடும் எம்.சி.ராஜாவோடும் இணைந்து விசாரணைக் குழுவில் கூறிய சாட்சியம், வெளியிட்ட அறிக்கை ஆகியன இணைக்கப்பட்டுள்ளன. ஆதிதிராவிடர் இயக்கத்தின் போர்வாளாகச் செயல்பட்ட ஆர். வீரையன் ஆங்கிலத்திலும் தமிழிலும் மாதம் இரு முறை "ஆதிதிராவிட காவலன்" என்னும் பத்திரிகையை கோயம் புத்தூரிலிருந்து வெளியிட்டார். அவர்தான் இதன் ஆசிரியரும் பத்தி ராதிபரும் ஆவார். இதை ஆதரிக்கக் கோரி குடி அரசு பத்திரிகையில் விளம்பரம் வெளியானது.[8] ஆர். வீரையன், ஆதிதிராவிடரின் பொது உரிமைகளுக்காகச் சென்னை மாகாணப் பேரவையில் கூர்மையான வினாக்களை எழுப்பினார். சென்னை மாகாணத்தில் நடைபெற்ற போராட்டங்களில் அவர் பங்கேற்றார். "அருப்புக்கோட்டை ஆதி திராவிடர்கள் 1930 ஜூன் மூன்றாம் வாரத்தில் நடத்தத் திட்டமிட்ட வட்டாட்சி மாநாட்டுக்கு ஆர். வீரையனை அழைப்பதென முடிவு செய்தனர்.[9] இவரின் தன்னலமற்ற செயல்பாட்டால் அவரை மீண்டும் சென்னை மாகாணப் பேரவைக்கு ஆதிதிராவிடர்களின் பிரதிநிதியாக நியமிக்க வேண்டுமென ஆதிதிராவிடர்களும் திராவிட இயக்கத் தினரும் வலியுறுத்தினர். ஆர். வீரையன் எழுதிய கடிதம் இங்கு இணைக்கப்பட்டுள்ளது. இவருடைய பிற செயல்பாடுகளை ஆவணப் படுத்துவது அவசியம். சமகாலத்தில், "தீவிரவாதம், தீவிரவாதி" என்ற சொற்கள் மத அடிப்படையில் கூறப்படுகின்றன. ஜாதிய வன்முறை யைத் "தீரவிவாதம்", "தீவிரவாதிகள்" (Terrorising, terrorisers) என்ற சொற்களால் இரட்டைமலை சீனிவாசனும் ஆர். வீரையனும் சுட்டினர். குடிசைகளைக் கொளுத்துதல், பட்டப் பகலில் கொலைசெய்தல் போன்ற ஜாதியவாதிகளின் வன்முறைச் செயல்களும் தீவிரவாதமே, ஜாதியவாதிகள் தீவிரவாதிகளே.

ஒன்றுக்கொன்று இணங்கி இயங்கிய ஆதிதிராவிடர், திராவிடர் இயக்கங்களுக்குள் பகைமை தோன்றுவதற்கு யார்? யாருக்குத் துணை யாய் இருந்தனர் என்ற வரலாறு முக்கியக் காரணியாய் இருக்கிறது. ஆதிதிராவிடர்களின் சங்கச் சச்சரவு எழுத்துகள் ஆதிதிராவிட, திராவிட வரலாற்றைக் கூறுகின்றன. ஆதிதிராவிடர், திராவிடர் பெயர்களில் ஆதிதிராவிடர்களே சங்கங்கள் நிறுவியதையும் "திராவிட" இனக்குழு

---

8 குடி அரசு, 29 ஜனவரி 1928, மாலை 3, மலர். 40.

9 திராவிடன், 7 ஜூன் 1930, ம. 15, இதழ். 130, ப. 3.

ஓர்மையைத் தட்டியெழுப்பிய ஜாதியற்ற ஆதிதிராவிடர்களில் முக்கிய ஆளுமையான அயோத்திதாசப் பண்டிதர் உருவாக்கிய பகுத்தறிவு, சுயமரியாதைக் கோட்பாட்டையே பின்னாட்களில் பெரியார் பின் பற்றியதையும் திராவிடன் பத்திரிகையில் வெளியான கட்டுரைகள் தெரிவிக்கின்றன. அக்காலத்தில், பெரியாரின் திராவிட இயக்கத்துடன் ஆதிதிராவிடர்கள் இணக்கமாக இயங்கியதற்கு அடிப்படைக் காரணம் பின்னவர்களையே முன்னவர்கள் பின்பற்றியதால் ஆகும். அதேசமயம் திராவிட இயக்கம் ஆதிதிராவிட இயக்கத்துக்குப் பல நிலைகளில் துணையாய் இருந்ததை அக்காலத்திலேயே ஆதிதிராவிடர்கள் பதிவு செய்தனர். திராவிட இயக்கத்துக்கு ஆதிதிராவிடர்கள் கோட்பாட்டைக் கொடுத்தனர்; முன்னவர்கள் பின்னவர்களின் பொதுவுரிமைக் காகப் பக்கபலமாக இருந்தனர். மேலும், ஆதிதிராவிடர்களின் ஜாதியற்ற நிலைக்குத் திராவிட இயக்கமும் நகர்ந்தது.

கோ. ரகுபதி

2. ஆதிதிராவிடரின் அவல நிலை

போர்டுகளும் ஆதிதிராவிடர்களும் – கே.எம். தானியேல் மேஸ்திரி

தாலுகா போர்டு ஜில்லா போர்டுகளில் தாழ்த்தப்பட்டவர்களுக்கு கிணறு, பள்ளிக்கூடங்களும் தேவை என்பதாக பட்ஜெட்டிலும் ரிப்போர்டிலுமிருக்கிறது. இப்போர்டுகளிலிருந்து கிணறு வெட்டியும் கொடுக்கப்பட்டிருக்கிறது. வெட்டியும் சில கிணறுகளில் தண்ணீ ரில்லாமல் இவர்கள் படும் கஷ்டம் சொல்லத்தரமல்ல. இவர்கள் போர்டார்களுக்கு தண்ணீர் இல்லாக் குறைகளை எழுதியும் உடனே கவனிக்கப்படாமற் இருக்கின்றது. உதாரணமாக ஈரோடு தாலுக்கா திங்களூர் மேக்குபாளையம், வீராச்சிபாளையம், கோபிசெட்டிபளையம் தாலுக்கா காட்டுப்பாளையம் முதலிய இடங்களில் ஆதிதிராவிட கிணறு போர்டார் அவர்களால் வெட்டப்பட்டும் தண்ணீர் இல்லாமல் ஒரு குடத்தண்ணீருக்காக வெகுநேரமாய் ஓடியும் தோட்டந்தோட்ட மாய் உதைபட்டும் திரிகிறார்கள். மனிதனுக்கு தண்ணீயே ஜீவாதார மானது என்பது உலகமறிந்த விஷயம். இந்த இடங்களில் ஆதி திராவிட மெம்பர்கள் கவர்ன்மெண்டாரவர்கள் நாமிஷேனில் எடுத்தால் இத்தாழ்ந்தவர்களுக்கு எவ்வளவுக்கவ்வளவு நன்மை விளையு மென்பது நான் சொல்லாமலேயே விளங்கும். நானும் ஸ்ரீமான் சகாரியாவும் இந்த வாரத்தில் பல ஆதிதிராவிட ஊர்களுக்குச் சென்று பிரசாரம் செய்து அன்னவர்களுக்கு அநேக குறைவுகளை எடுத்துக் காட்டி கண்டித்து நற்புத்தி புகற்றி வந்தோம். பள்ளிக்கு அனுப்பாதவர் களுங்கூட தங்கள் தங்கள் மக்களை பள்ளிக்கு அனுப்புகிறார்கள். நம்மவர்கள் தற்காலமிருக்கும் பரிதாபமான கடைஸ்தானத்தை எண்ணி துக்கித்து முன்னேற முயற்சிக்கிறார்கள். இவ்வித ஊழியத்துக்கு நம்மனோரில் பலர் முன்வரக்கேட்டுக்கொள்ளுகிறேன். இந்த வருஷம் தாலுக்கா போர்டு, ஜில்லா போர்டுகளுக்கு ஆதிதிராவிட மெம்பர்கள் கவர்மெண்டாரவர்கள் நாமிஷேனில் எடுப்பார்களென்றே நம்புகிறேன் என்று ஸ்ரீமான் கே.எம்.தானியேல் மேஸ்திரி அறிவிக்கிறார்.

குடி அரசு, 06 மார்ச் 1927, மாலை. 2, மலர். 45, ப. கரு.

தாழ்ந்த வகுப்பினரும் தண்ணீருக்குக் கண்ணீரும் – ராம சொக்கலிங்கம் பிள்ளை

இராமநாதபுரம் ஜில்லா திருப்பத்தூர் தாலுக்கா கட்டுக்குடிபட்டி யென்னும் கிராமத்தில் தாழ்ந்த வகுப்பாரென்று உண்மையுணராப் போலி மக்களால் தள்ளப்பட்டிருக்கும் பள்ள நண்பர்கள் நாற்றமுள்ள தண்ணீரை விடுத்து நல்ல தண்ணீர் எடுத்துக் குடிப்பதற்கு ஊரிலுள்ள மற்ற வகுப்பினர்கள் வீதி வழிச்செல்லவிடாது மிகவும் கொடுமை யாகவும் முரட்டுத் தனமாகவும் தடைசெய்தனர். சுமார் 30 வீட்டுக் காரர்கள் நமதரசாங்க நீதி மன்றங்களுக்கு இருமுறை மனுக்களெழுதி யிருந்தும் இதுநாள் வரை ஒருவித நன்மையும் கிடைக்கவில்லையே யென்று மிகவும் வருந்துகின்றனர். அன்பர்கள்! நமது அரசாங்க நீதி மன்றங்களில் உயர்தர அலுவல்களில் அமர்ந்திருக்கும் தலைவர்கள் நீதிபதிகள் இனியேனும் சிறிது கவனிப்பார்களென அன்புடனும் வணக்கத்துடனும் எதிர்பார்க்கின்றோம் என்று திரு. ராம சொக்கலிங்கம் பிள்ளை எழுதுகிறார்.

குடி அரசு, 18 செப்டம்பர் 1927, மாலை. 3, மலர். 21, ப. ரு.

ஆதிதிராவிடர்களின் குறைகள் – ஜி.எம்.ராஜ்[6]

திருநெல்வேலி ஜில்லா கோயில்பட்டி தாலுகா செட்டிகுறிச்சி என்னும் கிராமத்தில் ஆதிதிராவிடர்களின் வீடுகள் சூமார் 75 இருக் கின்றன. இவைகளில் வசிப்போரின் தொகை சுமார் 350. இவ்வூர் வாசிகளாகிய ஆதிதிராவிடர்களோ மிகவும் ஏழைகள். இதில் 4-5 பேர்கள் தவிர, மற்றவர்களுக்குச் சொந்த நிலங்களின்றி, மேற்குலத்தவர்கள் என்பவர்களிடம் அடிமைப்பட்டு, வாழ்நாள் பூராவும் தொண்டு செய்து மனதைத் திருப்தி செய்துகொள்ளும் சுபாவமுடையவர்கள். இவ்வூர் ஆதிதிராவிடர்கள் குடி தண்ணீர் எடுக்கும் கிணறோ சகலவித ரோகங் களுக்கும் பிறப்பிடமாயிருக்கிறது. அப்புண்ணியவான்களுக்கு இவ் வாதிதிராவிடர்களின் மீது ஏதேனும் கோபம் வந்துவிடின் மேற்படி கிணற்றில் தண்ணீர் எடுப்பதை நிறுத்திவிட வேண்டும். இப்புழு நிறைந்த தண்ணீரைச் சாப்பிடுவதனால் காலரா, க்ஷயரோகம் முதலிய தொத்து வியாதிகளும் நிமோனிய, இன்புளுயன்சா முதலிய விஷ சுரங்களும் உண்டாகி இவ்வேழை மக்களைத் துன்புறுத்துவதை இவ்வூர் கிராம உத்தியோகஸ்தர்களைக் கேட்டாலே நன்கு புலனாவிடும். இந்த 350 ஜனங்கள் வசிக்கும் வீட்டில் நிலமோ ஒரே

ஒரு ஏக்கர்தான். இவர்களால் வளர்க்கப்படும் கால்நடைகளும் இவ்வேழை மக்களும் ஒரு வீட்டிற்குள்ளேயே வசிப்பதோடு இராக் காலங்களில் ஆடவரும் பெண்டிரும் தெருக்களிலேயே படுக்க வேண்டியவர்களாயிருக்கிறார்கள்.

நிலங்கள் வாங்கி வீடு கட்டக் கூடாதாவெனில், இவ்வூர் பணக்கார உயர்ந்த ஜாதியார்களால் கருணை வைத்துக் கொடுக்கப்படும் தினக் கூலியோ ஆண்களுக்கு 4-அணாவும், பெண்களுக்கு 2-அணாவுமே யாகும். இவ்வித நிலைமையில் வாழ்வு நடாத்தும் இவர்கள் வீடு கட்ட நிலம் வாங்குவ தெப்படி? கிணறு வெட்டுவதெப்படி? தயாள குணமுள்ளவர்கள் முடிவு கூறுங்கள். இதைப் பற்றி 1928ம் வருடம் கோயில்பட்டி பெரிய கலெக்டர் ஜமாபந்தியிலும், இவ்வருஷம் டிவிஷன் கலெக்டர் ஜமாபந்தியிலும் நேரிலும் முறையிட்டோம். கனம் பெரிய கலெக்டர் அவர்கள், மனைக்கு இவ்வூருக்கு மேல் புரம் 95 நெ. நத்தம் புறம்போக்கில் போதுமான தர்க்காஸ்து நிலம் ஜாரியசெய்ய ஆர்டர் செய்வதாகவும், குடிதண்ணீர் கிணற்றுக்கு, ஊருக்கு மேல்புறமிருக்கும் பழையகிணற்றைத் தோண்டி துவாளம் கட்டிக்கொடுக்க, போர்டு பிரசிடெண்டு அவர்களுக்கு எழுதுவதாகவும், நீங்களும் எழுதுங்களென்றும் உத்தரவு செய்துவிட்டார். இவ்வருஷ ஜமாபந்தியிலும் டிவிஷன் கலெக்டரால் மேற்கண்ட விதமாகவே தீர்மானமாயிற்று. அதிலிருந்து இதுவரை இவ்வேழைகளின் துயரம் நீங்கியபாடில்லை. சென்னை லேபர் கமிஷனர், பெரிய கலெக்டர், டிவிஷன் ஆபீசர், தாசில்தார், தாலுகா போர்டு பிரசிடெண்டு ஆகிய இத்தனை பேர்களுக்கும் எழுதின மனுக்களும் ரிஜிஸ்டர் கடிதங்களும் கணக்கற்றவை. இதன் பிறகு, தாசில்தார் இரண்டு மூன்று தடவைகளும் ரெவினியூ இன்ஸ்பெக்டர், சுகாதார இன்ஸ்பெக்டர் அநேக தடவை களும் விஜயம் செய்திருக்கிறார்கள். நேரிலும் மேற்படிகண்ட குறை களைப் பார்வையிட்டார்கள். பார்த்தாலுமேன்? எண்ணெய்ச் செலவே ஒழிய பிள்ளை பிழைக்கவழிகாணோம். கனம் தாலுகா போர்டு பிரசிடெண்டு அவர்களுக்கு அநேக மனுக்கள் ரிஜிஸ்டர் செய்து அனுப்பியிருந்தும் பதில் ஒன்றுமில்லை. ஆதிதிராவிட தலைவர்கள் என்பவர்களோ தங்களுக்கு உத்தியோகம் கிடைக்கும்வரையும் மேடை மீது நின்று வீரரசமான சொற்பொழிவுகளையும், பண்டைய குலப் பெருமைகளையும் எடுத்தோதிவிட்டு மீசை முறுக்குவதும், ஏதாவது ஒருஸ்தானம் கிடைத்துவிட்டால் மௌனசாமிகளாகி விடுவதும், கிராமங்களிலுள்ள தாழ்த்தப்பட்ட மக்களின் குறைகளைக் கனவிலும் கூட நினையாமல் இந்திரபதவியிலிருப்பதாக நினைத்துக் கொண்டும்

இருந்துவிடுகிறார்கள். மற்றும் பல காங்கிரஸ்கார ர்கேளா பச்சை ஒந்தியைப் போல் நேரத்துக்கு நேரம் வேடம் மாற்றிக்கொண்டு தேசீயக் கூட்டத்தில் கதரும், உத்தியோகக் கூட்டத்தில் அல்பாக்கா, காக்கி, மல்பீஸ் ஆடைகளையும் அணிந்து உண்மை தேசபக்தர்களை வைவதே தொழிலாகக் கொண்டிருக்கிறார்கள். மேலும் பத்திரிகை களில் மட்டும் அநேக தீர்மானங்கள் நிறைவேற்றிவிட்டதாக கொட்டை எழுத்துக்களில் எழுதிவிடுகின்றனர். புதிதாகத் தோன்றியிருக்கும் சர்வ சமய சமரச சுத்த சைவ வேதாந்திகளோ “எல்லாம்வல்ல முழுமுதக் கடவுளைக் காப்பாற்றப் புறப்பட்டு” முன்னோர்களால் சேமித்து வைக்கப்பட்டிருந்த (குப்பைக் கூளங்களாகிய) புராணங்கள், கலைகள், சமயாச்சாரிகளின் பேரால் வயிற்றுப் பிழைப்புக்கு வகைதேடுகின்றனர். பாழும் மதப்பித்தர்கள் வாழுமிந்நாட்டில் தீண்டவும், பார்க்கவும் தகாதவர்களென 7.12கோடி மக்கள் மிருகங்களுக்குங் கீழாகப் பாவிக்கப்படுகின்றனர். கிணற்றில் ஜலமெடுக்க உரிமையில்லை. நாய்களும், பன்றிகளும், கழுதைகளும் நடக்கும் பொது ரஸ்தாக்களில் இவர்கட்கு நடக்க பாத்தியமில்லை. பாடசாலைகளில் படிக்க சுதந்திர மில்லை. குடியிருக்க வீடுகளில்லை. தலைவர்கள் என்பவர்கள் பெரிய நகரங்களிலும் பட்டணங்களிலும் மேடைப் பிரசங்கம் செய்வ தனாலும், “ஆஸ்திகர்கள்” புராணங்களை நெட்டுருப் போடுவதனாலும் நாடு சீர்திருத்தமடைந்து தாழ்த்தப்பட்டவர்கட்கு விமோசனம் ஏற்படாது. தேசபக்தர்களே! கிராமங்களுக்குச் சென்று பாருங்கள்! சர்வகாலமும் கிராம முன்சீப்பு, கர்ணம், வரும் சர்க்கார் உத்தி யோகஸ்தர்கள், உயர்ஜாதி பணக்காரர்கள் ஆகிய எல்லாருக்கும் தொண்டு செய்து கொண்டு மேற்படியார்களைக் கண்டவுடன் “சாமி” என்று சொல்லி கைகட்டி வாய்பொத்தி “அடியேன்” “உத்தரவு” “புத்தி” என்று சொல்லும் நடைபிணங்களாகிய தாழ்த்தப்பட்ட மக்களைக் காண்பீர்கள். வெள்ளைக்கார அரசாட்சியிலேயே இக்குறை நீங்க வில்லையானால், இந்து ராஜ்யத்தில் இராமயண சம்புகன் கதியே என்பதில் என்ன பிசகு? ஆதலால் சகோதரர்களே தாழ்த்தப்பட்டவர் களாகிய நம்மவர்க்கு “சுயமரியாதை இயக்கத்”தைத் தவிர வேறு கதியில்லை என்பதை ஞாபகத்தில் வைத்துக்கொள்ளுங்கள். மற்றவர்கள் தாழ்த்தப்பட்டவர்களின் குறைகளைக் கவனியாது, ஆதிதிராவிட மக்களுக்கு “அக்குறையை நீக்கிவிட்டோம் இக்குறையை நீக்கி விட்டோம்” என்று வாய்ப்பறை சாற்றிக் கொண்டு திரிவதில் யாதொரு பயனுமில்லை. ஏமாற்றுகின்ற அவர்களை நம்புவதில் பயன் என்ன? ஆகையால் இனுமேலாவது சர்க்காரும், தாலுகா போர்டும் ஏழைகளின் துயர் நீங்க தந்தம் புறம்போக்கு 95 நெ. தர்க்காஸ்து மனைகளுக்கு

நிலமும் 95 நெ குளத்தின் நடுவே இருக்கும் பழைய கிணற்றைத் தோண்டி துவானம் கட்டிக்கொடுத்தும் உதவியும் செய்யுமாறு வற் புறுத்தி வேண்டுகிறேன்.

குடி அரசு, 07 ஜூலை 1929, மாலை. 5, மலர். 9, பக். 15-16.

ஆதிதிராவிடர்களென்றால் யாருக்கும் அருவருப்பா?
தண்ணீர் வசதியளிக்க மறுத்ததேன்? – பள்ளப்பட்டி அ. ராமசாமி

ஸ்தல சுயாட்சியின் கீழ் தாலுகா போர்டு, ஜில்லா போர்டு முதலியவை ஏற்பட்டதின் நோக்கம் பாரமக்களிடத்தில் ஆரம்பக் கல்வியை பரப்பவும், போக்குவரத்து சாதனங்களையும் தண்ணீர் வைத்தியவசதிகளைப் பெருக்கவுமே யாகும். உண்மையில் நடப்ப தென்ன வென்றால் நெற்றி வேர்வை நிலத்தில் விழக் கஷ்டப்பட்டு சம்பாதித்த ஏழைகளின் பணம் விழலுக்கிறைத்தநீர்போல் வீணா கிறதும் எல்லா வசதிகளும் நிறையப்பெற்றிருக்கும் செல்வான் களுக்கும் செல்வாக்குள்ளவர்களுக்கு அனாவசியமாய் அள்ளி இறைக் கப்படுவதை நினைக்கும்போது கல்மனமும் கரையுமன்றோ!

ஆனால் மேற்படி ஸ்தாபனங்களுக்குச் செல்லும் அங்கத்தினர்கள் தேர்தல் காலங்களிற் சொல்லும் வாக்குறுதிகள், பதவியடைந்தவுடன் காற்றில் பறக்க விடப்படுக்கின்றன. இதுமட்டிலுமா? பாமரமக்களைப் பசப்பியும் ஏழை மக்களை ஏமாற்றியும், "ஆதிதிராவிட அனுதாபி" "ஏழைகள் தோழன்" "தொழிலாளர் தொண்டன்" என வாய்ப்பறை சாற்றி துரோகிகளுக்கு ஸதானங்கிடைத்தவுடன் தாங்கள் பொது ஜனங்களுக்கு சேவை புரியவந்தவர்களென்பதை மறந்து இந்திர பதவியடைந்து விட்டதாக இறுமாப்பு கொண்டு தலைகால் தெரி யாமல் "என் கடன் பணி செய்துகிடப்பதென்று சொன்னவர்கள், பின்னால் என் கடன் பணஞ் சம்பாதிப்பதேயென்றும் ஏழைகளை இம்சிக்கவும், பாமர மக்களைப் படாதபாடு படுத்தவும் பகற்கனவு காண்கிறார்கள். என்னவே இவர்களின் சேவை! என்னே இவர்களின் தியாகம்!

பள்ளப்பட்டி சக்கிலியர்கள் (ஆதிதிராவிடர்கள்) தங்களுக்கு ஏற் கனவே ஒர் கிணறிருந்தாலும் அது ஊருக்குப்புறம்பே யிருப்பதாலும் அகால வேளைகளில் அங்கு செல்ல அச்சமாயிருப்பதாலும் அதிலும் வெள்ளக் காலங்களில் தண்ணீரெடுக்கச் செல்ல சௌகாரியமில்லாத தால் தவிக்க வேண்டியிருப்பதாலும் தாங்களாகவே ஊருக்குள் ஓர் கிணற்றைக் கொஞ்சம் வெட்டி அதற்கு மேல்வெட்டவும் கைப்பிடி

சுவர், தளம் முதலியை போட தங்களுக்குப் பொருளில்லாததாலும், நிலக்கோட்டை தாலுகா போர்டு தலைவருக்கு மகஜரொன்றனுப்பி, அதற்காக ஆதிதிராவிடர் விஷயத்தில் ஆர்வமுடனுழைத்த அங்கத்தினராகிய திரு. காமாட்சீஸ்வர பத்தரை அனுப்ப அவரும் அனுகூலமாக குறிப்பெழுதியனுப்பினார். பின்னர் எஸ்டிமேட் தயார் பண்ணியனுப்பும்படி ஓவர்சீயருக்குக் கட்டளையிட அவர் ஏற்கனவே கிணறிருப்பதால் தேவையில்லை யென்பதை ஓரே யடியாய் யடித்தார். “சாமி வரங் கொடுத்தும், பூசாரிக்கு மனமில்லை” “தொண்டர் தம் பெருமை சொல்ல வொண்ணாதுபோல்” தொண்டருக்குள் அடக்கமோ! இது ஆதிதிராவிடர்ளுக்கு அதிர்ஷ்டமில்லை யென்றாலும் இப்படிப் பட்ட சாமிகளுக்காக இரங்கவேண்டி யிருக்கிறதென்பதை உன்னும் போது ஓர் விதத்தில் நகைப்பாய்த் தானிருக்கிறது. “இனமினத்தோடு வெள்ளாடோடோ”.

பின்னால் நானே அவர்களின் சார்பாக தலைவரை நேரிற்கண்டு விஷயங்களைச் சாங்கோபாங்காக சொல்லியும் பின்னால் ஞாபகார்த்த நிருபமெழுதியும் ஒன்றும் நடந்தபாடில்லை. வாக்குறுதிகளைக் காக்கத் தெரியாத மர்மமேனோ? ஆகையால் “ஆதிதிராவிடர்களென்றால் யாருக்குமருவருப்பா? அவர்கள் மனிதவர்க்கத்தைச் சேர்ந்தவர்களில்லையா? இந்த இருபதாம் நூற்றாண்டிலுமா தீண்டாமைப் பேய் தலைவிரித்தாட வேண்டும்? ஸ்தல ஸ்தாபனங்கள் யாருக்கும் பொதுவென்பதை மேல் ஜாதி யென்று சொல்லிக் கொள்ளுபவர்கள் இனியாவது ஞாபகத்தில் வைக்கும்படி கேட்டுக் கொள்கிறேன்.

உண்ண உணவின்றி உடுக்க உடையின்றி இருக்க வீடின்ற நடைப்பிணங்களாய் வாயில்ல பூச்சிகளாய் வாழும் ஆதிதிராவிடர்கள் அசுத்தமாயும் நாகரீகமில்லாமலிருக்கிறார்களென்று குறை கூறுபவர்களை எங்கு அனுப்பவதென்பதை வாசகர்களையே யோசித்துக் கொள்ளும்படி விரும்புகிறேன். இவர்களுழைப்பில்லாவிட்டால் மற்றவர்கள் இந்திர போகமனுபவிக்க முடியாதென்பதை யுணர்ந்தும் எல்லா வித த்திலும் இடுக்கண் புரிவது தானா இவர்களுக்குச் செய்யும் கைம்மாறு. “எந்நன்றி கொன்றார்க்கு முய்வுண்டா முய்வில்லை செய்நன்றி கொண்... ...யின் பொன் மொழிகளைப் போற்றாத தேனோ? தண்ணீர் வசதியளிக்க முடியாது, மற்றவைகளிற் சாதித்தும் சந்தேகமே. முக்கியமானதும், செய்யக் கடமைப் பட்டுள்ளது மிருக்க, அனாவசியமாய் அழிக்கப்படும் பணத்தைப்பற்றி உதாரணத்துடனெழுதுவதென்றால் இராமாயணமாக முடியுமென்றே நிறுத்தலானேன். வாக்காளர்களும் கட்சி முதலியவைகளை மறந்து

தியாக புத்தியுள்ளவர்கட்கே வாக்களித்து போலிகளுக்குப் புத்தி புகட்டவேணுமாய் கேட்டுக்கொள்ளுகிறேன். தொழில் இலாகாவும் இவர்கள் விஷயத்தில் பாராமுகமாயிருப்பதும் வன்மையாய்க் கண் டிக்கத் தக்கதே.

ஆகையால் சென்றதைக் கருதாது கடமையை யுணர்ந்து செய்ய வேண்டியதைக் காலங்கடத்தாமல் செய்து நற்பெயரெடுக்கும்படியாய்க் கேட்டுக் கொள்கிறேன்.

திராவிடன், 17 ஜுன் 1931, மலர். 16, இதழ். 17. ப. 2.

ஆதிதிராவிடர்களுக்கு தண்ணீர் தகராறு

தாழ்த்தப்பட்டார் பிரதிநிதிகள் கவனிப்பார்களா? – வி.பி.எஸ். மணி

சென்னை, ஜூன், 21

காஞ்சிபுரத்தை யடுத்த சுரோத்திரியம் 117 நெம்பர் ஏனாத்தூர் கிராமத்தில் புறம்போக்கு பாட்டை சாரி குளங்கள் மூன்றுள்ளன. ஒன்று காஞ்சிபுரத்திலிருந்து சென்னைரோட்டிற்குப் போவது. இரண் டாவது காஞ்சிபுரத்திலிருந்து ராஜிகுளத்திற்குப் போவது. மூன்றாவது காஞ்சிபுரத்திலிருந்து தென்னேரி பாட்டசாரிகுளம். இக்குளங்களில் சகல ஜாதியினரும் யாதொரு பேதமில்லாமல் தண்ணீர் உபயோகித்து வந்தார்கள். சுமார் 16 வருடங்கட்கு முன்னர் மழையில்லா கஷ்டத்தால் ஜனங்கட்குத் தண்ணீர் தகராறு அதிகரித்ததால் லோக்கல் பண்டு மூலமாக ஜாதித் திராவிடர்கட்கு ஓர் கிணறும், ஆதிதிராவிடர்கட்கு ஓர் கிணறும் எடுத்து உதவி செய்தார்கள். பின்னர் மழை பெய்த தால் மேற்படி குளங்களை உபயோகித்து வருங்காலத்தில், இவ்வருடம் பிப்ரவரி மாத முதற்கொண்டு கடினமாகத் தண்ணீர் எடுக்கக்கூடா தென்று சொல்ல போலீஸ் அதிகாரிகட்குத் தெரிவித்ததில் கிராமத்தாரை கிரமப்படி விசாரணை செய்து பொது ஸ்தானத்தில் தாழ்த்தப் பட்டோரின் உரிமையைத் தடைசெய்யக்கூடாதென தாக்கீது செய்து டிபுடி போலீஸ் சூபரின்டெண்ட் மூலமாக திரு.வி.பி.எஸ். மணியருக்கு உத்தரவு வந்ததில் வழக்கம்போல் பிரவேசித்து வந்தார்கள். மே மாதம் திரு. மணியர் மேற்படி குளத்தில் குளித்தபோது சிலர் தடை செய்த தாக அதிகாரிகட்குத் தெரிவிக்கப்பட்டது. ஜூன் மாதம் 15-ந் தேதி மாலையில் ஆதிதிராவிடர்கள் தண்ணீர் எடுக்க க்கூடாதென ஜாதி ஹிந்துக்கள் குளக்கரை முழுவதும் நின்றிருந்தார்கள். இரு பெண்கள் தண்ணீர் கொண்டுவந்தபிறகு மற்றவர்களை துரத்த ஆரம்பித்தபோது இருவர்களுக்கும் வாக்குவாதம் நடந்தன.

திரு.வி.பி.எஸ். மணியவர்களால் குடிகட்டும் இவ்வித இடைஞ்சலுக்கு முதலாளியான முனிஸீப் அவர்கட்கும் எவ்விதமாகச் சொல்லியும் அவர்கள் விட்டுக்கொடுக்க மறுத்துவிட்டு கடைசியாக முனிஸீப் மறுநாள்காலை 16-6-32-ல் பதில் சொல்வதாகச் சொன்னார். ஆனால் அவர் வார்த்தையை கிரமப்படி அனுசரிக்காமல் மறுநாள் காலையில் தண்ணீர் எடுக்கப்போன பெண்களின் மண்பாண்டங்களை எல்லாம் முனிஸீப்பும் மற்றவர்களும் சேர்ந்து உடைத்துவிட்டதால் போலீஸ் அதிகாரிகளுக்குத் தெரிவித்ததின் பேரில் தலைமை கான்ஸ்டேபிலும் ஸ்டேஷன் கிளார்க்கும் மேற்படி கிராமத்திற்கு விஜயம் செய்து விசாரணை செய்து ஆதிதிராவிடர்களுக்கு மேல் உத்தரவு வரும்வரை தண்ணீர் எடுக்கக்கூடாதென தாக்கீது செய்து போயினர். (18-6-32)ல் திரு. சர்க்கிள் இன்ஸ்பெக்டர் அவர்கள் கிராமத்திற்கு விஜயம் செய்து விசாரணை செய்ததில் மூன்று குளமும் புறம்போக்கென்றும், அதில் அனைவருக்கும் உரிமையுண்டென்பதில் மூன்று குளத்தின் கரையில் மூன்று சாமி கோவில்கள் இருப்பதாகவும் அதில் ஆதிதிராவிடர்கள் ஜலம் எடுத்தால் தீட்டாகும் என்றும் முன்சீப் அவர்களும் குடிகளும் சொன்னதில் சர்க்கிள் இன்ஸ்பெக்டர் அதனைக்கண்டித்து எடுத்தால் இருவரும் எடுக்க வேண்டும். இல்லையேல் எடுக்கக்கூடா தென்ற போது 1918-ம் வருஷம் நான்கு சம்பள ஆட்களிடம் தாங்கள் குளத்தில் இறங்கினதில்லையென்பதாகக் கைஎழுத்துவாங்கி வைத்திருக்கும் கடுதாசியை இன்ஸ்பெக்டரிடம் காண்பித்தார்கள். இதை வாசிக்கும் பெரியோர்களை 50 குடும்பங்கள் வாழும் கிராமத்தில் நால்வரிடம் கையெழுத்து வாங்கினதால் 50 குடும்பத்தையும் பாதிக்குமா யென்பதை யோசிக்கவும். இதையெல்லாம் யோசித்த சர்க்கிள் அவர்கள் இரு திறத்தாரும் எடுக்கக்கூடாதென கையெழுத்து வாங்கிக்கொண்டு தமுக்கு மூலமாக அறிவிக்கப்பட்டிருக்கிறது.

அதோடு (23-6-32)ல் மாலை 3-மணிக்கு சப் மாஜிஸ்திரேட்டும் சர்க்கில் இன்ஸ்பெக்டர் அவர்களும் கிராமத்திற்கு விஜயஞ் செய்து நீதி வழங்குவதாகவும், இல்லையேல் அடக்குமுறை சட்டத்தை உப யோகிப்பதாகவும் சொல்லி யிருக்கிறார். இத்தருணத்தில் காஞ்சீபுரத்தில் தேர்தல் சம்பந்தமாக ஜாதி ஜனங்களெல்லாம் ஒன்றுகூடி பல சூழ்ச்சிகள் செய்யவும் செய்துவருகிறார்கள். இத்தருணத்தில் தாழ்த்தப்பட்டாரின் பிரதிநிதிகள் என்று வெளிவந்திருக்கும் பெரியோர்கள் தக்க உதவி செய்ய முன் வருவார்களாக.

தீண்டாமையை ஒழிக்க வேண்டு மென்று கொட்டை எழுத்துக் களில் எழுதுவோரும் தீண்டாதாரின் உதவியைக்கொண்டு முன்னேற்ற

மடையும் தலைவர்களும் தாழ்த்தப்பட்டாரின் பிரதிநிதிகளென்று சொல்லிக்கொள்ளும் சங்கத்தவர்களும் இத்தருணத்தில் தங்களது ஊக்கத்தைக்காட்ட வேண்டுமன்றோ!

பார்ப்பனர்கள் மீது நாம் பழிசுமத்தும் இக்காலத்தில் பார்ப்பனர்கள் எல்லா துறைகளிலும் முக்கியமாக ஜாதி விஷயத்திலும் விட்டுக் கொடுக்க, பார்ப்பனரல்லாதவர்கள்தானே இக்காலத்தில் கொடுமை செய்து கொண்டு வருவதால் பார்ப்பனரல்லாத தலைவர்களும் பத்தி ராதிபர்களும் தக்க முயற்சி யெடுக்கும்படி கேட்டுக் கொள்ளுகிறோம்.

காருண்யம் பொருந்திய கவர்ன்மெண்டார் முன்னிலையில் திரு ஆர். சீனிவாசன் எம்.எல்சி. அவர்களால் 1924 ஹ செப்டம்பர் மீ 25 தேதியன்று தாழ்த்தப்பட்டாரின் பொது ஸ்தாப உரிமைக்காக கொண்டு போன தீர்மானத்தை அங்கீகரித்து ஜி.ஓ.நெ. 2660 எல் அண்டு எம் உத்தரவை அதிகாரிகள் கவனித்து நீதி வழங்குமாறு கேட்டுக்கொள்ளுகிறோம் எனத் திரு. வி.பி.எஸ். மணியர் தெரி விக்கிறார்.

திராவிடன், 23 ஜூன் 1932, ப. 4.

மேலரசூர் ஜாதிக் கொடுமை
ஆதிதிராவிடர்களின் துயரம்
கலெக்டருக்கு மஹஜர்

திருச்சினாப்பள்ளி மகா-ள-ள-ஸ்ரீ ஜில்லா கலெக்டர் துரையவர்கள் சமூகத்திற்கு திருச்சி லாலுகுடி தாலுகா மேல அரசூர் கிராமம் ஆதிதிராவிடர்கள் மிகுந்த வணக்கமாய் எழுதிக் கொண்ட மகஜர் என்னவென்றால்:-

எங்களுக்கு குடி தண்ணீர் விஷயமாய் கிராமத்திலுள்ள இரண்டு ஏரிகளில் ஒன்றில் நாங்கள் தண்ணீர் எடுத்துக்கொள்ள உத்திரவாக வேணுமாய் எங்கள் பிரதிநிதியாகிய தோழர் எம்.பாலகிருஷ்ணன் அவர்கள் மூலம் ஒரு மனு 14-8-33-ல் செய்திருந்தோம். அதுவிஷயமாக சில சர்க்கார் அதிகாரிகள் 7-10-33-ல் க்ஷ கிராமத்திலுள்ள ஜாதி இந்துக்களை விசாரித்தார்கள். விசாரணையில் க்ஷ ஜாதி இந்துக்கள் என்ன வாக்குமூலம் கொடுத்தார்களோ தெரியாது.

பிறகு க்ஷ கிராமம் ஜாதி இந்துக்கள் 12-10-33-ல் எங்கள் சேரிக்கு “வந்து க்ஷ கிராமத்திலுள்ள இரண்டு ஏரிகளும் எங்களுக்கு வேண்டாம்” என்று எழுதிக்கொடுக்க வேண்டியது என்று எங்களை

வற்புறுத்தி கேட்டார்கள். நாங்கள் அப்படி எழுதிக்கொடுக்க முடியாதென்று சொல்லிவிட்டோம். அந்த தேதியிலிருந்து க்ஷ கிறாமம் ஜாதி ஹிந்துக்களில் பலர் முக்கியஸ்தர்களாயிருந்து (அவர்களுடைய பெயரை மனுவில் எழுதப்பட்டிருக்கிறது) எங்களுக்கு பலவித இடைஞ்சல்களும் கட்டுப்பாடுகளும் செய்து தொந்திரவு படுத்தி வருகிறார்கள்:-

அவைகளாவன:-

1) எங்களுக்கு எந்தக் கடைகளிலும் சாமான் சரக்குகள் கொடுக்கக் கூடாது.

2) கொல்லன், தச்சன், குயவன் மற்றெந்த தொழிலாளிகளும் எந்த விதமான உதவிகளும் செய்யக்கூடாதென்றும்

3) க்ஷ கிராமத்திலுள்ள எந்த ஏரிகளிலும் குட்டைகளிலும் குளங்களிலும் நாங்கள் ஜலம் எடுக்கக்கூடாது என்றும் காவல் போட்டு தடுக்கிறார்கள்.

4) எங்களுக்குச் சொந்தமாகிய நஞ்சை புஞ்சை நிலங்களுக்கு க்ஷ மிராஸ்தாரர்களின் நிலங்களின் வழியாக நடக்கக்கூடாது என்று தடுத்துக் கொண்டிருக்கிறார்கள்.

5) க்ஷ கிராமத்தின் பொது ரஸ்தாக்களிலும் வீதிகளிலும் எங்களை நடக்கக்கூடாது என்று தடுத்துக் கொண்டிருக்கிறார்கள்.

6) எங்கள் பெண்டு பிள்ளைகள் எந்த பொதுக் காடுகளிலும் நஞ்சை புஞ்கைகளிலும் விறகு பொருக்கிக் கொள்ளக்கூடாதென்றும்

7) க்ஷ கிராமத்தில் மேல்ஜாதியாருக்கு நாங்கள் செய்துவந்த ஊழியங்கள் தொழில்கள் யாவும் செய்யக்கூடாதென்று தடுத்து கட்டுப்பாடு செய்திருக்கிறார்கள்.

இப்படி பலவித கட்டுப்பாடுகள் செய்து இடைஞ்சல்கள் செய்து வருகிறார்கள். நாங்கள் மேலேகண்ட கட்டுப்பாடுகள்படி நடந்து கொள்ளாமலிருந்தால் எங்களைக் கண்ட பக்கங்களில் பலவித ஹிம்சைகளும் உபத்திரவங்களும் ஆபத்துகளும் செய்துவிடுவதாக சேரிக்கேவந்து தெரிவித்திருக்கிறார்கள். ஆகையால் நாங்கள் மிகுந்த பயங்கரமான நிலையிலிருக்கிறோம். எங்களுக்கு எந்தயிடத்தில் எந்த நேரத்தில் எந்தவிதமான ஆபத்துகள் நடக்குமோ என்று பயந்துக் கொண்டிருக்கிறோம்.

நாங்கள் எப்படி குடி தண்ணீர் இல்லாமலும் இந்த கஷ்டமான நிலைமையிலும் பயங்கரமான கட்டுப்பாடுகளிலும் வசிக்க முடியும் என்பதை தரும துரையவர்கள் கிருபை செய்து யோசித்து எங்களுக்கு தகுந்த பந்தோபஸ்த்துடன் பாதுகாத்தும் குடிதண்ணீருக்கு உத்திரவு செய்து ரக்ஷிக்க வேணுமாய் மிகவும் தாழ்மையுடன் பிரார்த்திக் கின்றோம்.

இப்படிக்கு,

மேலரசூர் ஆதிதிராவிடர்கள்

நகரதூதன், 22 அக்டோபர் 1933, ப. 3.

துறையூர் பஞ்சாயத்து போர்டு தலைவருக்கு 'பள்ளர்கள்' மரபினரின் பகிரங்கக் கடிதம்

கனம் தங்கிய சேர்மன் அவர்களே!

தங்களது கக்ஷியில் சேர்ந்தவர்களாயிருந்தும் நட்பு முறையில் எழுதிய இந்தக் கடிதத்திற்காகத் தாங்கள் வருந்தக்கூடாது. வகுப்பு வாதங்களை உத்தேசித்தோ, அல்லது ஊர் விவகாரங்களை முன் னிட்டோ, இக்கடிதம் எழுதப்படவில்லை என்பதை மிக, மிக, அழுத்தமாக எடுத்துக் காட்டுகிறோம்.

எங்கள் தெருவிலுள்ள யூனியனுக்குச் சொந்தமான கிணறு மிக ஆபாச நிலையிலிருக்கிறதென்றும், அதில் ஏற்கனவே பல உயிர்ச் சேதங்களும் ஏற்பட்டிருக்கிற தென்றும் எங்களால் தேர்ந்தெடுக்கப் பட்ட பிரதிநிதியாகிய பெரியார் தோழர் T.S.V. சபாபதி முதலியார் அவர்கள் மூலம் பல மீட்டிங்குகளில் கூறிக்கொள்ளப்பட்டும், இதர அங்கத்தினர்களால் ஆமோதிக்கப்பட்டும், அதற்கு லோகல் போர்ட்டு சட்ட முறைப்படி ஓவர்சியர் அவர்களால் (எஸ்டிமேட்) உத்தேச செலவு போடப்பட்டும் அது விஷயமாக சென்ற வாரத்தில் கூடிய கூட்டத்தில் க்ஷ போர்டு வைஸ்பிரசிடென்ட் அவர்களால் க்ஷ கிணற்றை பற்றி பிரஸ்தாபிக்கப்பட்டும், தற்போது வெளியிட்டுள்ள வேலைகளின் டெண்டர் ஜாபிதாவில் க்ஷ கிணற்றைப்பற்றிய வேலையே குறிப்பிடவில்லை என்றால் தங்களது பொது ஜன சேவையைக் குறித்து என்னென்று கூறுவது.

ஐயா! நாங்கள் தேர்ந்தெடுத்தனுப்பிய அங்கத்தினரான தோழர் சபாபதி முதலியார் அவர்கள் சேர்மன் பதவிக்கும் வந்ததும் அவர் மீது நம்பிக்கையில்லாத் தீர்மானம் கொண்டு வந்து அத்தலைவர் ஸ்தானத்தைக் கைக்கொண்ட தாங்கள் க்ஷ யார் பேரிலுள்ள வருத்தத் திற்காக க்ஷ கிணற்றை சீர்திருத்தம் செய்ய டெண்டர் ஜாப்தாவில் சேர்க்கப்படவில்லை? அல்லது அவருக்கு எங்கள் ஓட்டுரிமைகளை அளித்ததினால் எங்கள் பேரில் ஏற்பட்ட வருத்தத்தினால் செய்ய வில்லையா?

எங்களது தெருவில் தினந்தோறும் யூனியனின் சிப்பந்திகள் வந்து சுத்தம் செய்வதில்லை என்பதை நேரில் பலமுறை கூறிக்கொண்டும் நாளது வரை கவனித்தபாடில்லை. இதுதான் சமதர்ம உலகு போலும்!

எங்களில் எவ்வளவோ பேர் பில் கலெக்டர் முதலான வேலைகள் பார்க்கத் திறமையுள்ளவர்களா யிருந்தும், வேலையில்லாத் திண்டாட் டத்தால் உழலும் இக்காலத்தில், இவ்வூரிலுள்ள எங்களுக்கோ அல்லது வேறு ஒருவருக்கோ, யூனியனில் காலியாகும் வேலை ஸ்தானங்களைக் கொடுத்தாதரிக்க வேண்டுவதிருக்க, காட்டுப்புத்தூர் முதலான இடங் களிலுள்ளவர்களை அழைத்துவந்து கொடுத்துவருவதுதான் துறையூர் வாசிகளுக்கு செய்கின்ற சகாயம் போலும்.

நாங்கள் தங்களது கட்சி என்ற நட்பு முறையில் கூறிக் கொள்வ தென்னவென்றால், எங்களுடைய தெருவிலுள்ள கிணற்றை உடனே டெண்டரில் விட்டு இதர வேலைகளுடன் சேர்த்து செய்துவிடும் படியாகவும் தவறினால் அவற்றால் நேரும் சேதங்களுக்கு தாங்களே ஜவாப்தாரியாக வேண்டிவரும் என்பதையும், பல தொத்து நோய்கள் பரவும் இக்காலத்திலாவது, தினந்தோறும் எங்களைடைய தெருக் களை யூனியன் சிப்பந்திகளை விட்டு சுத்தம் செய்ய வேண்டுமாயும் இல்லையானால் இத்தகைய சௌகாரியங்களுக்கு பரிகாரங்கள் தேட வேண்டியிருக்கும் என்பதையும் வணக்கமாய் இக்கடித வாயிலாகத் தெரிவித்துக்கொள்ளுகிறோம்.

இப்படிக்கு,

மு. பெரியசாமி மூப்பன்
சின்னபையன் மூப்பன்
வீ. மருதைமுத்து மூப்பன்.

நகர தூதன், 17 டிசம்பர் 1933.

லேபர் டிபார்ட்மெண்டும் ஆதிதிராவிடர்களும் – பி. மரியண்ணன்

தற்போது அநேக ஜில்லாக்களில் லேபர் டிபார்ட்மெண்ட ஏற்படுத்தி ஆதிதிராவிடர்களுக்கு வேண்டிய நன்மைகளைச்செய்து வருவதகாச் சொல்லுகிறார்கள்.

லேபர் டிபார்ட்மெண்டில் ஆதிதிராவிடர்களுக்கென ஸ்கூல் வைத்து உபாத்தியாயர்களுக்கு மாத்திரம் நிறைய சம்ளம் கொடுத்து வந்தால் போதுமா? 4-வது வகுப்புவரையில் பிள்ளைகள் படித்து விட்டால் அதிலிருந்து என்ன முன்னேற்றம் அடைந்துவிடுவார்கள்? "எண்ணெய்ச்செலவே யொழிய பிள்ளை பிழைத்த பாடில்லை" என்பதற்கேற்ப கவர்ன்மெண்டில் பணம் செலவழிகிறதே யொழிய லேபர் டிபார்ட்மெண்டாரால் ஆதிதிராவிடர்கள் முன்னேற்றம் அடைந்த தாக ஒன்றும் காணப்படவில்லை. ஒவ்வொரு லேபர் ஆபீஸ் உள்ள ஜில்லாக்களிலும் ஆதிதிராவிடர்களுக்கென ஒரு ஹைஸ்கூல் வைத்து நடத்துவது நலம் என்று தோன்றுகிறது. லேபர் கமிஷனர் துரையவர்கள் இதுவிஷயத்தில் கவனம் வைத்தால் நலமாயிருக்கும்.

பி.மரியண்ணன், ஹெட்மாஸ்டர், போர்டு ஸ்கூல், சிக்கத்தம்மூர்.

குடி அரசு, மாலை. 04 நவம்பர் 1928, 4, மலர். 28.

கல்வி விசாரணைக் கமிட்டி
தாழ்ந்த வகுப்பார் சாட்சியம்
தாழ்ந்த வகுப்பார்கட்குள்ளும் தீண்டப்படாதார்
தனிக் கல்வி இலக்கா வேண்டும்
கிராண்டைப் பற்றி ஐரோப்பியர் புகார்

புதியடெல்லி, நவ. 15

பஞ்சாப் சட்ட சபை சைமன் ஒத்துழைப்புக் கமிட்டி அங்கத்தினர் ராஜா நரேந்திரநாத் தனது வேலை முடிந்துவிட்டமையால் இன்று ஹார்டாக் கமிட்டியின் தனது கூட்டாளிகளுடன் வந்து சேர்ந்து கொண்டார். இன்று ஹார்டாக் கமிட்டி மத்திய மாகாணத்தின் இரண்டு சாட்சிகளை விசாரித்தது.

தாழ்ந்த வகுப்பார் சாட்சியம்

மத்திய மாகாண தாழ்ந்த வகுப்பார் கல்விச் சங்கக் காரியதரிசி திரு.ஜி.எம். தாவர் (நாகபுரி) தனது சங்கம் ஆதிக்குடிகளிடை வேலை

செய்யவில்லை என்றும் ஆனால் அவ்விதம் செய்வதைப் பற்றி யோசித்து வருகின்ற தென்றும் கூறினார்.

சர். பிலிப் ஹார்டாக் கேட்ட கேள்விக்கு தாழ்ந்த வகுப்பார் கிறிஸ்தவ மதத்தையோ அல்லது இஸ்லாம் மதத்தையோ தழுவி விட்டால் அவர்களை தீண்டப்படாதாராகக் கருதப்படவில்லை என்று பதில் கூறினார்.

சர் பிலிப்:- நீங்கள் தாழ்ந்த வகுப்பு சிறுவர் சிறுமிகட்கு கட்டாயமாய் கல்வி போதிக்க வேண்டுமென்று கூறுகின்றீர்களே அது செய்கையில் நடைபெறக்கூடியது என்று கருதுகின்றீர்களா?

சாட்சி:- நடைபெறக்கூடிய தென்றே கருதுகின்றேன்.

சர் ஜார்ஜ் அண்டர்சன் கேட்டகேள்விக்கு மத்திய மாகாணத்தில் கட்டாய ஆரம்பக்கல்வி ஏற்படுத்தப்பட்டுள்ள இடங்களிலெல்லாம் தாழ்ந்த வகுப்பார் குழந்தைகட்கும் ஒரேமாதிரியான சௌகாரியங்கள் செய்து கொடுக்கப்படவில்லை என்றும் கூறினார்.

பாடசாலைகளில் வகுப்பு வித்தியாசம் காட்டப்படவில்லை என்று கருதப்பட்ட போதிலும், செய்கையில் தாழ்ந்த வகுப்பு குழந்தைகளை சமமாக நடத்தப்படவில்லை என்றும், இன்ஸ்பெக்ஷன் காலத்திற்றான் அதிகாரிகளை ஏமாற்றுவதற்காக உபாத்தியாயர்கள் எல்லா வகுப்பு குழந்தைகளையும் ஒன்றாக உட்கார வைக்கின்றனர் என்றும் சாட்சி கூறினார்.

சர் ஜார்ஜ்:- கட்டாயக் கல்வி ஏற்படுத்தப்பட்டுள்ள இடங்களில் அதை தாழ்ந்த வகுப்பு குழந்தைகட்கு பயன்படாதவகையில் உபயோகப் படுத்துகின்றதென்று தானே நீங்கள் கூறுகின்றீர்கள்.

சாட்சி:- ஆம்.

வரிவிதிக்கலாம்.

சர் பிலிப்:- தாழ்ந்த வகுப்புப் பையன்கள் கல்விக்குப் போதிய வசதிகள் கொடுப்பதற்காக தலைக்கு நாலணா வரி விதிக்கலாமா?

சாட்சி:- அவ்வரியை கட்டாயமாகக் கொடுத்துத் தீரவேண்டு மென்று ஏற்படுத்தினால் கொடுக்கப்படும். தாழ்ந்த வகுப்பாரிடை பர்தா பழக்கம் கிடையாது. தாழ்ந்த வகுப்பார் நன்மையை முன்னிட்டு தாழ்ந்த வகுப்பாரை உபாத்தியார்களாய் நியமிக்க வேண்டும். தாழ்ந்த வகுப்பாரை நேர்மையாய் நடத்தப்படுகின்றதா என்பதை கவனிக்க அவர்களை பாடசாலைகள் சூப்பர்வைசர்களாய் நியமிக்க வேண்டும்.

ஆரம்பக் கல்வி ஆதிக்கத்தை ஸ்தல ஸ்தாபனங்களிலிருந்து எடுத்து விடவேண்டும். அதை மாற்றப்படாத இலாகாவாக்க வேண்டும். ஏனென்றால் அரசாங்க இலாக்க அவசியமான இடங்களில் துரித மாயும் திறமையாயும் கட்டாயக் கல்வியை ஏற்படுத்துமென நம்பு கின்றேன் என்று கூறினார்.

தாழ்ந்த வகுப்பாருள்ளும் தீண்டப்படாதார்

ராஜ நரேந்திரநாத் கேட்ட கேள்விக்கு தாழ்ந்த வகுப்பாரே மேஹர் களை தீண்டப்படாதவர்களாக நடத்துகின்றனர் என்றும், ஆனால் சில சமயங்களில் மேஹர் பிரதிநிதிகளும் மற்றைய தாழ்ந்த வகுப்புப் பிரதிநிதிகளும் ஒன்றாய் கூடுகின்றனர் என்றும் சாட்சி கூறினார்.

உபாத்தியாயர் வேலைக்கு பயிற்ற தாழ்ந்த வகுப்பு மாணவர் களைப் பயிற்சிப் பாடசாலைகளில் பரீட்சையில்லாது சேர்த்துக் கொள்ள வேண்டுமென்று, அவர் கூறியதைப் பற்றி அவ்விதமான பயிற்சி பெறுவது பயன்படுமென்றும் அதில் அவர்கள் நல்ல உபாத்தி யாயர்களாக முடியுமென்றும் அவர் கருதுகின்றாரா என்று கேட்டதற்கு, நாம் அவ்விதம் ஏற்படுமென கருதுவதாய் சாட்சி கூறினார்.

சர் ஜார்ஜ் ஆண்டர்சன் கேட்ட கேள்விக்கு தற்பொழுது 31-தாழ்ந்த வகுப்பினர் போதனா முறைப்பயிற்சிப் பாடசாலையில் பயிற்சி பெற்று வருகின்றனர் என்று சாட்சி பதிலளித்தார்.

தனி இலக்கா வேண்டுமா?

சட்டம் வேண்டுமா?

தலைவர் தாழ்ந்த வகுப்பார் கல்வி வசதிக்கும் சமுதாய முன்னேற்றத்திற்கும் தனி இலாக்கா வேண்டுமென விரும்புகின்றனரா அல்லது தற்போதிருக்கும் பாடசாலைகளில் தாழ்ந்த வகுப்புக் குழந்தைகளை சமமாக நடத்த வேண்டுமென சட்டம் வேண்டு கின்றனரா என்று கேட்டதிற்கு, சாட்சி தனி இலக்காவையே தாம் விரும்புவதாகயும் ஏனென்றால் ஸ்தலஸ்தாபனங்களை அரசாங்கம் தனது வகுப்பாரிடம் அதிக அநுதாபம் கொள்ளுமென்று தாம் கருது வதாயும் கூறினார்.

ராஜா நரேந்திரநாத்:- தாழ்ந்த வகுப்பார்கட்குள்ளே ஒவ்வொரு வகுப்பாரும் தங்கட்கு அதிக சுதந்தரம் கேட்பதால் வகுப்பு பூசல்களை ஏற்படாதா?

சர் ஆம்ஹர்ஸ்டு பிக்ஸ்:- ஆனால் இது தாரதம்மியமாய் நடத்துவதே யாகும்.

ராஜா நரேந்திரநாத்:- நீங்கள் தனி மையாய் இலக்கா கொடுத்த துமே அவர்கள் தனிமையாய் நடத்தப்படவேண்டுமெனக் கேட்பர்.

ராஜா நரேந்திரநாத் மற்றுமோர் கேள்விக்கு சில உயர்ந்த வகுப்பார் தங்கள் கல்வியில் சிரத்தை காட்டுவதாயும் ஆனால் எல்லோரும் காடவில்லை என்றும் ஒப்புக்கொண்டார்.

சர் பிலிப் ஹார்டாக் கேட்ட கேள்விக்கு தாம் மோஹர் (நெய் பவர்கள்) இனத்தை சார்ந்தவனென்றும், தங்களை தீண்டப்படாதாராக நடத்தப்படுகின்ற தென்றும் கூறினார்.

திரு தாவர் போகுமுன் ராஜா நரேந்திரநாத் உட்பட எல்லா அங்கத்தினர்களும் அவருடன் கைகுலுக்கினர்.

திரு ரோஜார்ஸ் சாட்சியம்

கிறிஸ்து சர்ச் ஆண்மகார் உயர்தரப் பாடசாலை தலைமை உபாத்தியாயர் (சூபல்பூர்) பாதிரி சி.சி.ரோஜார்ஸ் அடுத்தாற்போல் விசாரிக்கப்ட்டார். அவர் தங்கள் பாடசாலைகடுகு கிராண்டுகளை குறைந்து விட்டதை கர்ணல் கிட்னி கண்டித்த தை ஆதரித்தார். முன் தங்கட்கு ஒப்புக்கொள்ளப்பட்ட செலவின் 1½ பங்கு கிராண்டு கிடைக்கு மென்றும், தற்பொழுது அவ்வொப்புக் கொள்ளப்பட்ட செலவில் மூன்றில் ஒரு பாகமே கிராண்டு கிடைக்கிற தென்றும் இவ்விதமாக இந்தியர் பாடசாலை நிலைக்கு தங்களையும் கொண்டு வரப்பட்டுள்ளதென்றும் கூறினார்.

சர். ஆம்ஹர்ஸ்டு கிராண்டை சட்டசபை குறைக்கவில்லை என்றும் அரசாங்கமே குறைந்துள்ள தென்றும் கூறினார்.

பாதிரி ரோஜர்ஸ் தங்களை ஸ்தலஸ்தாபனங்கள் இந்தியர் பாட சாலைகளைப் போன்று தாராளமாய் நடத்தவில்லை என்றும், எனவே தங்கட்கு அரசாங்கத்தினிடமிருந்து அதிக கிராண்டு கிடைக்க வேண்டுமென்றும், தாம் ஐரோப்பியர் ஆங்கிலேயர் கல்வி ஓட்டுக் கட்குட்படாத மாற்றப்படதா இந்திய அரசாங்க இலக்கா என்ற சட்டத்தில் சேர்க்க விரும்புவதாயும், அப்பொழுது ஆங்கிலோ இந்தியருக்கு கதிமோட்சம் உண்டென்றும் கூறினார்.

ராஜா நரேந்திர நாத்: எல்லா சிறுபான்மை கூட்டத்தினரும் இவ்விதமே தங்களை நடத்தவேண்டுமென கேட்பர். சீக்கியர், முகமதியர், தாழ்ந்தவகுப்பார் போன்ற சிறுபான்மையோரைப் பற்றி யோசித்துப் பார்ப்பீர்களாகில் அவர்கள் இந்தியாவின் ஜனசங்கையில் ஏறக்குறைய பாதியிருக்கின்றனர். அரசாங்கம் அவர்களை எல்லாம் தனித்த உரிமையில் நடத்தமுடியுமென கருதுகின்றீர்களா?

சாட்சி:- முடியுமென நான் கருதவில்லை. எனது சமூகம் நன்கு தொண்டாற்றியுள்ளது. எனவே இவ்விதம் தனித்த வரிமையில் நடத்த யோக்கியதை உடையது. பின்னும் சிறிது நேரம் இவரை விசாரித்ததும் கூட்டம் கலைந்தது.

திராவிடன், 16 நவம்பர் 1928, மலர். 13, இதழ். 259, ப. 3.

ஆதிதிராவிடர் விண்ணப்பம்

முசிறி தாலுகா போர்டார் பிற்போக்கு

இனியேனும் கவனிப்பாரா? ஒரு நிருபர்

காருகுடி, டிச. 30.

திருச்சி ஜில்லா, முசிறி தாலுகா காருகுடியில் வசிக்கும் ஆதி திராவிட மக்களாகிய எங்களுக்கு யாதொரு விதமான சுதந்திரமும் கிடையாது. மேற்படியூரில் தாலுகா போர்டாரின் நிர்வாகத்தில் ஒரு பள்ளிக்கூடம் நடைபெற்று வருகிறது. அப்பள்ளிக்கூடத்தில் உயர்ந்த ஜாதியார் என்று சொல்லிக் கொண்டிருக்கும் வைதீகப் ... பிள்ளைகளே கல்வி பயின்று வருகிறார்கள். மேற்கடி ஸ்கூலுக்கு என் முத்துசாமி ஐயர் என்னும் லிங்காயட் ஹெட்மாஸ்டராய் இருந்து வருகிறார். அவரை எங்கள் வகுப்பு மாணவரை பள்ளியில் சேர்த்துக் கொள்ளுமாறு கேட்டோம். அவர் “நான் உங்களை பள்ளியிர் சேர்த்துக் கொள்ள ஆக்ஷேபனை யில்லை” ஆனால் பள்ளிக்கூட கட்டிடத்தின் சொந்தக்காரரர் சம்மதிக்கவில்லை என்று நொண்டிச் சமாதானம் கூறி விட்டார்.

இவைபற்றி நாங்கள் டிப்டி இன்ஸ்பெக்டர் திரு. சீனிவாச ஐயரவர்களைக் கேட்டோம். அவரும் இதுபற்றி கவனிப்பதாகச் சொல்லிப்போனார். இதுவரையிலும்கவனித்ததேகிடையாது. மேற்படி டிப்டி இன்ஸ்பெக்டர் திரு. சீனிவாச ஐயரவர்களை வேறு இடத்திற்கு மாற்றியாய்விட்டது. தற்போது திரு.வெங்கட்டராம் ஐயர்தான் டிப்டி இன்ஸ்பெக்டராய் இருக்கிறார். அவரும் இதுபற்றி கவனிக்கவே

கிடையாது. தனிப் பள்ளிக்கூடம் ஒன்று அமைத்து எங்கள் வகுப்பு மாணவர்களை முன்னேற்ற மடையச் செய்யுங்கள் என்று முசிறி தாலுகா போர்டாருக்குப் பல விண்ணப்பங்கள் விடுத்தோம். அதற்கும் யாதொருவிதமான பதிலும் கிடையாது. தாலுகா போர்டானது நம்மவர்களாலேயே நிர்வகிக்கப்பட்டிருந்தும் ஆதிதிராவிடர்களாகிய எங்கள் முன்னேற்றத்தில் வாளவிருந்து வருவது மிகவும் வருந்தத்தக்க விஷயமே யாகும்.

ஆதிதிராவிடர்கள் விஷயத்தில் அனுதாபமுள்ளவர்களும் ஆதிதிரா விடக் குடிகளாகிய நாங்களும் மன்றாடி கேட்டுக் கொள்ளுகிறோம்.

திராவிடன், 16 டிசம்பர் 1931, மலர். 16, இதழ். 195, ப. 8.

சேலம் டிஸ்டிரிக்ட் கலெக்டர் அவர்கள் சமூகத்திற்கு

ஊத்தங்கரை தாலுகா ஆதிதிராவிட குடிகள் வணக்கமாய் எழுதிக் கொண்ட விண்ணப்பம்

அய்யா,

இந்த ஜில்லாவில் ஆதிதிராவிடர்களின் ஜனத்தொகை 1¾லட்சம். அதில் இந்த தாலுகாவில் எங்கள் ஜாதியார் 30 ஆயிரம் பிரஜைகள்.

ஆதிதிராவிட வகுப்பார் அதிக ராஜவிசுவாசப் பற்றுள்ளவர்களென் பதும், யுத்த காலத்தில் உயிர் கொடுக்கத் துணிந்தவர்களென்பதும் ஆங்கில தேசத்திலிருந்து அரசபிரான் பிரதிநிதிகளாக கவர்ன்மெண்டு காரியங்களை நடத்திவரும் ஆங்கில அதிகாரிகளுக்கும் அவர்கள் குடும்பத்தாருக்கும் இவர்களுடைய தொண்டும், விஸ்வாசமும், உழைப்பும் இல்லாதவரையில் இந்நாட்டில் ஆங்கில பிரபுக்களுடைய லௌகீக சௌகரியங்களையும் ஏவலையும் மற்றைய வகுப்பார் காப்பாற்ற முடியாது என்பதும் கவர்ன்மெண்டார் அறிந்த விஷயம்.

2. அன்றியும் ஒடுக்கப்பட்ட வகுப்பார்களாகிய எங்களிடம் கவர்ன் மெண்டார் அதிக ஆதரவு காட்டுவதாகவும், எங்கள் வகுப்பார் முன்னேற்றத்திற்கு வேண்டிய வாசிப்பும் பல துறைகளில் கவர்ன் மெண்டு உத்தியோக நியமனங்களும் கொடுத்து ஆதரிப்பதாகவும், விளம்பர மூலியமாக அடிக்கடி வெளியிடுவதாகவும் தெரிகிறது.

3. இதனால் நாங்கள் கண்ட பயன் யாது? ஆதிதிராவிடர் என்று ஒரு பெயர் கொடுத்திருப்பது தான் கண்டது. இதை "பறையன்" என்ற இழிவான பெயரை மாற்றிக்கொள்வதற்கு அனுகூலமானதென்று

கவர்ன்மெண்டார் நினைத்திருக்கலாம். "பறையன்" என்று சொல்லிக் கொண்டிருந்த காலத்தில் அவ்வார்த்தைகளுக்கு என்ன "பொருளும்" "தத்துவமும்" இருந்ததோ அப்படியே இப்போதும் இருப்பதுமல் லாமல் "அரச காரியங்களில்" ஆதரவு குறைந்து வருகிறதென்பதே எங்கள் அனுபவத்தில் ஏற்பட்டு இருக்கிறது.

4. திருஷ்டாக்கமாக எங்கள் மக்களில் கிராம உத்தியோகஸ்தர் வேலைகளுக்காவது தாலுகா கச்சேரிகளில் "அட்டண்டர்கள்" "சேவகர்கள்" முதலிய வேலைகளுக்காவது "பாரஸ்ட் கார்டுகள்" முதலிய வேலைகளுக்காவது போதுமான வாசிப்புள்ளவர்கள் பலர் இருக்கிறார்கள். அவர்கள் எத்தனையோ விண்ணங்கள் போட்டும், கவனிப்பார்களே இல்லை.

5. இந்தத் தாலுகாவில் சுமார் 300 கிராம முன்சீபுகள் ஸ்தானமும் கிட்டதட்ட 150 கிராம கர்ணங்கள் ஸ்தானமும் இருக்கின்றன. அது போலவே தாலுகா ஆபீசு, டிப்டி தாசில்தார் ஆபீசு, பாரஸ்ட்ரேஞ் ஆபீசு இருக்கின்றன. இவைகளில் எத்தனை பேர்கள் இருக்கின்றார்கள் என்று கவர்ன்மெண்டார் விசாரணை செய்து திருப்தி செய்து கொள்ள வேண்டியது அவசியமான விஷயமாய் இருக்கிறது.

6. ஒரு கிராம உத்தியோக வேலைக்கு விண்ணங்கள் போட்டால் விண்ணப்பதாரர்களை கச்சேரியிலிருக்கும் குமாஸ்தாக்கள் விசாரணை செய்கிறார்கள். இவர்கள் பெரும்பாலும் உயர்ஜாதியாரென்றும், உயர்ந்த வகுப்புள்ளவர்களென்றும் சொல்லிக்கொள்ளும் கூட்டத்தார். இவர்களால் எவ்வளவு தூரம் எங்களுக்கு நியாயம் கிடைக்கும் என்பது நாங்கள் சொல்லாமலே தங்களுக்குத் தெரியலாம்.

7. கிராம முன்சீப் வேலையென்று கேட்கும்பொழுது கிராமத்தில் அதிகசொத்தில்லை யென்றும் அது இருந்தால் கிராம முனிசீப் பரீக்ஷையில் தேரவில்லை யென்றும் போதுமான படிப்பில்லை யென்றும் சொல்லப்படுகிறது. கர்ணம் வேலை கேட்கும் பொழுது டெஸ்ட்பாஸ் செய்யவில்லை யென்றும் நடத்தக்கூடிய திறமை யில்லை யென்றும் சொல்லப்படுகிறது.

8. உண்மையில் எங்களுக்கு உதவிசெய்ய வேண்டுமென்ற காருண்ய முள்ள தலைமை உத்தியோகஸ்தர்கள் யாராவது இருந்தாலும் அந்த ஆபீஸ் குமாஸ்தாக்களாலும் ரெவன்யூ இன்ஸ்பெக்டர்களாலும் காட்டும் சில காரணங்களால் எங்களை கைநழுவ விட்டு விடப் படுகிறது.

9. சுருக்கமாய்ச் சொல்லும் பட்சத்தில் இது விஷயத்தில் எங்கள் விண்ணப்பங்களைப் பற்றி வழக்கமாயும் சுலபமாயும் சொல்லும் காணங்கள் என்ன என்பது யோசிப்போம்.

எங்களுக்கு கிராமத்தில் சொத்தில்லையென்பது முதலாவது காரணம். கவர்ன்மெண்டு சொத்துக்களைக் காப்பாற்றி வருவதில் நம்பிக்கையுள்ள ஒரு வகுப்பு தமிழ் நாட்டில் இருக்குமானால் அது ஆதிதிராவிடர் என்பது கவர்ன்மெண்டார் ரிகார்டு மூலியமாய் ஒப்புக் கொள்ள வேண்டிய விஷயம். அன்றியும் அவர்கள் இதுவரையில் சர்க்கார் பணத்தை எடுத்துக்கொண்டு அபகரித்துவிட்டதாகவாவது ஜெயிலுக்கு போனதாகவாவது ஏற்படவில்லை. அதிகம் சொத்தில்லா விட்டாலும் சாமான்ய சொத்தும் வாசிப்பும் நடவடிக்கையும் உள்ள வர்களுக்கும் கூட இந்தவித நொண்டிச் சாக்கை ஒரு காரணமாக சொல்லி காலம் கழித்து வருவது பொருத்தமான என்பது கவர்ன் மெண்டார் யோசிக்க வேண்டிய விஷயம்.

டெஸ்டு பாஸ் செய்யவில்லை அல்லது போதுமான வாசிப் பில்லை என்பது இரண்டாவது காரணம். இதனால் இப்போது இருக்கும் ஒவ்வொரு கிராம உத்தியோகஸ்தரும் பாஸ் செய்தவன் என்று ஏற்படுகிறது. இது முழுதும் உண்மையான நடவடிக்கைக்கு விரோதமான விஷயம். அதிகாரிகள் ஒருவனுக்கு வேலைகொடுக்க இஷ்டமிருந்த இடங்களில் டெஸ்டு பாஸ் செய்ய வாய்தாவும் கொடுக்கிறார்கள். ஆனால் இத்தகைய தயாளகுண அபிப்பிராயத்தை எங்கள் விஷயத்தில் காட்டாமைக்கு நாங்கள் செய்த குற்றம் எங்கள் மக்கள் படித்திருந்தாலும் பிறவினாலேயே தென்னாட்டில் தீண்டப்படாதவராய் நினைப்பதேயாகும்.

கர்ணம் வேலை கொடுக்கும்படி நாங்கள் கேட்டால் எங்களுக்கு போதுமான திறமை இல்லையென்று சொல்லி விடுகிறார்கள். இதற்கு எல்லையுமில்லை அளவுமில்லை. ‘போதுமான திறமை இல்லை’ என்பது பொதுவான வார்த்தை. அது எப்படி என்பதற்கு வியாக் கியானம் பிறர் கொடுக்கக்கூடிய மாதிரியுமில்லை. இதைவிட வேலை கொடுக்க தங்களுக்கு இஷ்டமில்லையென்று எழுதிவிட்டால் தகராரே கிடையாது. இது மெய்யானால் இப்போது வேலையிலிருக்கும் எல்லா வர்ணங்களும் “காரிய குந்தகமில்லாமல் செய்கிறவர்களாக” கவர்ன்மெண்டார் ஒரு முடிவுக்கு வரும் பக்ஷத்தில் ஒவ்வொரு ஜமாபந்தி கணக்கு செக்கு செய்யும்போது திருப்பி எழுத நேரிடும் காலஹரணமும், அலைச்சலுக்கும் தொந்தரவுக்கும் காரணம் யாது என்பதைக் கண்டுபிடிக்க வேண்டியிருக்கிறது.

இத்தியாதி காரணங்களைக் காட்டி நாங்கள் உத்தியோக விஷயங் களிலிருந்து ஒதுக்கப்பட்டிருப்பதால் எங்களை குறைகளை தாங்க ளாவது கவனித்து ரெவன்யூ டிபார்ட்மெண்டில் இந்த தாலுக்காவில் ஆதிதிராவிடர்களுக்கு சில கிராம உத்தியோகங்களையும் தாலுக்கா கச்சேரிகளிலும் பாரஸ்ட் முதலிய டிபார்ட்மெண்டுகளிலும் எங்கள் வாசிப்புக்கு தகுந்தபடி நாங்கள் சுதாரிக்கக்கூடிய உத்தியோகங்களை யாவது கொடுக்கும்படி எல்லா கீழ் அதிகாரிகளுக்கும் உத்தரவு போடும்படி கேட்டுக் கொள்கிறோம்.

"ஊத்தங்கரை ஆதி திராவிட குடிகள்"

குறிப்பு: இவ்வித குறைகளைப் பற்றி ..காராவது சட்டசபை மெம்பர்களாவது கவனிப்பார்களா?

குடி அரசு, 11 செப்டம்பர் 1927, மாலை. 3, மலர். 20, ப. கஉ.

பஞ்சாயத்துக் கோர்ட்டிலும் ஜாதித் திமிரா?

ஆதிதிராவிடருக்கு அபராதம்

(ஒரு நிருபர்)

வாணியம்பாடி, மே. 10

வாணியம்பாடிக்கடுத்த தும்பேரி கிராமத்தில் இருக்கும் பிள்ளையார் கோயிலில் கடந்த 3-ந் தேதியென்று பஞ்சாயத்துக் கோர்ட்டில் வழக்கொன்று நடத்தப்பட்டது. அவ்வழக்கில் பிரதிவாதி ஆதிதிராவிடர் வகுப்பைச் சேர்ந்தவராவார். அன்று நடைபெற்ற வழக்கை 10ந்தேதியன்று ஒத்திவைக்கப்பட்டது. பின்னர் பஞ்சாயத் தார் பிரதிவாதியை நோக்க என்ன சாதி என்று கேட்டனர். அதற்கு அவர் நான் ஆதிதிராவிடர் என்று பதில் கூறினார். இதைக் கேட்டதும் பஞ்சாயத்தார் கோபங்கொண்டு, நீ எப்படி இவ்விடம் வரலாம் என்று தூஷணையாகப் பேசியதோடு, அவரை அடிக்கவும் முற்பட்டனர். அவர் சாவதானமாக, நீங்கள் கூப்பிட்டதனால்தான் வந்தேன். எனக்கு இவ்விடம் கோவிலென்று தெரியாது என்று சொன்னார். அதன் பின்னர் சிலர் சாவதானமாக, கோவில் தீட்டுப்பட்டு விட்டது அதற்கு அபிஷேகஞ் செய்ய வேண்டும். அதற்காக 7.5 ரூபா கொடுக்க வேண்டுமென்று பயமுறுத்தி ரூபாயை வாங்கிக் கொண்டனர். பொது விடமாக இருக்கும் பஞ்சாயத்து சபைகூடும் இடத்திலும் ஜாதி வித்தியாசமா?

திராவிடன், 13 மே 1932, ப. 2.

3. மதம்: மதிப்பும் அவமதிப்பும்

இந்துமதக் கொடுமை

கோயிலுக்குள் சென்ற ஆதிதிராவிடர்களுக்கு ரூ. 60 அபராதமா? – வி. அண்ணாமலை

ஆண்டவனை வழிபட ஆலயப்பிரவேசம் செய்த நமது ஆதி திராவிட நண்பர்களுக்கு அறுபது ரூபாய் அபராதம் விதிக்கப் பட்டதென்றால் இதைவிட அக்கிரமம் வேறென்னவிருக்கிறது? இந்துக்களென்று அழைக்கப்படும் ஒரு பெரும் பகுதியினர் கடவுள் வழிபாடு செய்வதற்கு ஆலயப்பிரவேச உரிமை இல்லையென்றால் இவ்விந்துமதத்தைப் போன்ற கேடுகெட்ட மதமும் உரிமையற்ற இம்மதத்தைப் பெரிதென மதித்து தவறாமல் ஆதரித்து வரும் ஆதிதிராவிடரின் வெட்கங்கெட்ட தன்மையையும் என்னவென் றியம்புவது? ஆயிரக்கணக்கான வருடங்களாக இக்கொடிய இந்து மதத்தை நம்பி, இம்மதத்திற்காக நம்மவர்கள் தங்கள் உயிரையும் கொடுக்கத் துணிந்து முன்னின்று ஆதரித்து வந்ததால் அடைந்த பயன் என்ன? கடவுள் காணிக்கைக்கென்று வட்டிக்குக் கடன்பட்டு எட்டநின்று கொட்டிக்கொடுத்து அடியும் உதையும் பட்டு அபராதமும் கொடுத்து வருவதுதான் இந்து மதத்தை நம்பி மோட்சம் போகும் நாம் கண்ட வழிபோலும். ஆஸ்திகரோடு சேர்ந்து ஆலயப்பிரவேசம் செய்து ஆண்டவனைத் தொழுவதற்கு ஆஸ்திகரே பெருந்தடைக் கல்லாகவிருந்து நம்மவரை நாஸ்திகராக்குகின்றனர். ஆகையால், ஆஸ்திகரால் நாஸ்திகர் என்று சொல்லப்படுகிற சுயமரியாதை இயக் கத்தில் நாமனைவரும் ஆஸ்திகத்தை அடியோடு தொலைக்க முன்வர வேண்டும். நாம் இந்துக்களென்று அழைக்கப்படுவதாயிருந்தால் மற்ற இந்துக்களைப்போல் சகல உரிமையும் நமக்குக் கொடுக்கப்படல் வேண்டும். இல்லையானால் சுயமரியாதைத் தலைவர்கள் சொல்லிய படி ஏதாவதொரு இந்துமதத்திற்கு எதிர் மதத்தில் நாமனைவரும்

பிரவேசித்து இந்துமதத்தை இல்லாதொழிக்கப்பாடுபட வேண்டும். ஆனதால் ஜாதி இறுமாப்புக் கொண்டவர்களின் அதிகாரத்திற்குட் பட்ட எல்லா ஆலயங்களையும் உடனே பகிஷ்காரம் செய்ய வேண்டும். நம்மவர்களை நுழையவிடாத கோயில்களில் கடவுள் இராராதலால் அக்கோயில்களுக்கு எக்காரணத்தை முன்னிட்டும் நம்மவர்கள் போகாதிருக்கும்படியாகப் பொது ஜனங்களுக்கு எச்சரிக்கை செய்ய வேண்டுவது, பொதுஜன ஊழியர்களின் முக்கிய கடமையாகும். சுதந்தரத்தை விரும்பும் ஆதிதிராவிட சகோதரர்கள் தாமதமின்று ஆலயப் பகிஷ்காரம் செய்வதற்கு முற்படும்படியாக தாழ்மையுடன் கேட்டுக் கொள்ளுகிறேன்.

மதியாதார் முற்றமதை மதித்தொரு நாள் சென்று
மிதியாமை யொன் கோடிபெறும்

என்பதை நண்கு உணரவேண்டும் என்று அதிதிராவிட நண்பன் திரு. வி. அண்ணாமலை எழுதுகிறார்.

திராவிடன், 08 பிப்ரவரி 1930, மலர். 15, இதழ். 31, ப. 15.

அம்மன் திருவிழாவில் ஆதிதிராவிடர் மறியல்

இளந்திருமாறன்

சென்னை சிந்தாதிரிபேட்டை 23-வது டிவிஷன் வள்ளுவன் தெருவிலுள்ள தண்டுமாரி அம்மன் கோவில் விழாவை முன்னிட்டு 18-8-31 திங்கட்கிழமை 12-மணிக்கு சாதி வேற்றுமையுள்ள க்ஷ சிந்தாதிரிபேட்டை சேரியில் ஆதிதிராவிடர்களிடத்திலும் இதர வகுப் பினரிடத்திலும் வசூலிக்கும் தொகையை கொண்டு கூழ் வார்ப்பதும் இரவில் கும்பம் போடுவதும் வழக்கமாக நடந்துவந்தது. ஆனால் அம்மன் ஊர்வலம் வரும்போது சேரியில் வருகிற வழக்கம் கிடையாது. இவ்விஷயத்தை மேற்படி ஆலய சாதிபேதமுள்ள தர்ம கர்த்தர் முதலியவர்களிடத்தில் முறையிட்டு வந்தும் மேற்படி அம்மன் சேரிக்குள் வந்தால் தீட்டுப்பட்டு விடுவாள் என்னும் அர்த்த மற்ற அநாச்சார கொள்கையைக் கடைபிடித்தி நடத்தி வந்தார்கள். இத்தகைய அவமானத்தை நாளாவட்டத்தில் உணர்ந்த சேரி ஜனங்கள் இவ்வருஷம் 18-8-31ல் நடந்த மேற்படி அம்மன் விழாவுக்கு ஆதி திராவிடர் கலந்து கொள்ளவில்லை. அத்துடன் மேற்படி கோவி வாரால் வழக்கப்படி ஊற்றிய கூழையும் கும்பத்தின் சோற்றையும் வாங்கவில்லை. இதனால் 6 அண்டா கூழும் கும்பசோறும் சில

வாகாமல் நஷ்டப்பட்டது. ஆதிதிராவிடர்கள் தாங்கள் சுதந்திர உணர்ச்சி பெற்று சுயமரியாதையுடன் மேற்படி கூழையும் சோற்றையும் வாங்காதிருக்க ஆதிதிராவிட தொண்டர் நேற்று காலை 10-மணி யிலிருந்து இரவு 12-மணி வரையிலும் தங்கள் வகுப்பினரை கட்டுபடுத்தி மறியல் செய்தது பாராட்டதகுந்ததாகும். ஜாதி வேற்றுமை ஒழிந்தால் இத்தகைய நிலைகள் ஏற்படாமல் எல்லாரோம் சமமாக இருப்பதற்கு வழியாகும். ஜாதி ஒழியாமல் சுயராஜியம் இல்லை என்பதை காங்கிரஸ் தொண்டர்களும் தலைவர்களும் காந்தி அடிகளும் சத்திய உணர்ச்சியுடன் முதலில் ஜாதி ஒழிக்க பிரயத்தன் படுமாறு கேட்டுக்கொள்ளப்படுகிறது.

திராவிடன், 19 ஆகஸ்ட் 1931, மலர். 16, இதழ். 90, ப. 3.

ஆதிதிராவிடர் கோவில் பிரவேச வழக்கு

எதிரி விடுதலை பெற்றார்

ஸ்ரீமான். இராஜகோபாலாச்சாரியாரின் வாதம்

திருப்பதிக்கு அருகிலுள்ள திருச்சானூர் என்னும் கோவிலுக்குள் புரசைவாக்கத்தைச் சேர்ந்த முருகேசன் என்னும் ஆதிதிராவிடர் பக்திபரவசத்தினால் மெய் மறந்து பிரவேசித்து விட்ட குற்றத்துக்காக திருப்பதி சப் மாஜிஸ்ட்ரேட் முன்பு விசாரிக்கப்பட்டு 295-வது பிரிவின் கீழ் 75 ரூபாய் அபராதமும் இல்லாவிடில் ஒருமாதம் கடுங்காவல் தண்டனையும் விதிக்கப்பட்ட விவரம் நேயர்களுக்கு நினைவிருக்கலாம். சில நண்பர்களின் உதவிகொண்டு இவ்வழக்கில் சித்தூர் சப்டிவிஷனல் மாஜிஸ்ரேட் ஸ்ரீமான். வி. இராமசாமி ஐயர் பி.ஏ. முன்பாக அப்பீல் செய்யப்பட்டது. அப்பீல் வழக்கு சென்ற மாதம் 22-ந்தேதி விசாரனைக்கு வந்தது. அவ்வழக்கில் ஸ்ரீமான் ஆச்சாரியார் எதிரியின் சார்பாக மூன்று மணிநேரம் வாதம் செய்தார். ஒத்துழையாமை இயக்கத்துக்குப் பின்னர் ஸ்ரீமான். ஆச்சாரியார் நீதி மன்றத்தில் வாதம் செய்தது இதுவே முதல் முறையானபடியால் வக்கீல்களும் மற்றவர்களும் ஏராளமாகக் கூடியிருந்தனர். ஆச்சாரி யாரின் வாதத்தின் சாரம்சம் பினவருமாறு:-

கீழ்க்கோர்ட்டில் சப் மாஜிஸ்ட்ரேட் எதிரி சாட்சியம் விடுவதற்குச் சந்தர்ப்பங் கொடாதது மிகவும் ஒழுங்கு தவறானது. இதனால் எதிரியின் கட்சி பெரிதும் பாதகமடைந்திருக்கிறது. பண்டித கணபதி சாஸ்திரிகள், சுவாமி சிரத்தானந்தர், மகாத்மா காந்தி இவர்களை சாட்சியாகப் போடுவது வழக்கைத் தாமதப்படுத்தும் நோக்கத்துடன்

என்று ஸப்மாஜிஸ்ட்ரேட் கூறுகிறார். இம்மாதிரியான வழக்குகளில் நிபுணர்களின் சாட்சியங்கள் நினைத்துவுடன் கிடைக்காது. இதற்கு அவசியம் சந்தர்ப்பம் கொடுத்திருக்க வேண்டும். ஆதிதிராவிடர் ஒருவர் கோவிலுக்குள் வந்தால் சாதி ஹிந்துக்களின் மத உணர்ச்சியை அவமதித்ததாகும் என்று ஸப்மாஜிஸ்ட்ரேட் தமது உத்தரவில் குறிப் பிட்டிருப்பது, எதிரியைத் தண்டிக்க அவர் முன்னமே தீர்மானித்து விட்டார் என்பதையே காட்டுகிறது.

எதிரி கோவிலுக்குள் பிரவேசித்தபோது, குற்றம் செய்யும் நோக்கம் கொஞ்சமும் இல்லை. தெய்வ ஆதாரனைக்காகவே அவர் சென்றார். மிகுந்த பக்தி சிரத்தையுடன் அவர் அங்கு ஆண்டவனை வழி பட்டிருக்கிறார். பிராஸிகியுஷன் சாட்சியத்திலிருந்தே இது தெரி கிறது. எதிரி கோவிலுக்கு வெளியே நின்றுகொண்டிருந்தார். உள்ளே பிரவேசிக்கும் எண்ணமே அவருக்கு இல்லை. அப்போது “கோவிந்தா கோவிந்தா” என்று கோஷித்துக்கொண்டு சில பக்தர்கள் கோவிலுக்குள் போகவே இவர் பரவசமாகி மெய்மறந்து உள்ளே பிரவேசித்து விட்டார். இவருடைய செயல் குற்றச் சட்டத்தின் கீழ்வராது. இவரிடம் அசுத்தம் எதுவுமில்லை யென்பதையும் கவனிக்கவேண்டும். தலை முழுகி தூய உடைதரித்து வைதீக ஸ்ரீவைஷ்ணவனைப்போல் துவாதச் நாமந்தரித்துக்கொண்டிருந்தார். ஆண்டவன் பக்கலில் நின்று தொழுவதைத் தவிர அவருக்கு வேறு நோக்கம் இல்லை. கோவிலுக்குள் எவ்வித அமைதி பங்கமும் விளையவில்லை. குற்றம் செய்வதற்கும் ஒருவருடைய உரிமைக்குப் பங்கம் விளைப்பதற்கு நிறைய வேற்றுமையுண்டு. 295-வது பிரிவின் முக்கிய அம்சம் என்ன வெனில், எதிரியின் கோவில் பிரவேசத்தினால், ஒரு வகுப்பாரின் மதம் அவதிக்கப்பட்டிருக்க வேண்டும். பின்னால் சம்ரோட்சனம் செய்ததினால் மத நிந்தனை ருசுப்படுத்தப்படவில்லை. ஒரு மனித ருடைய அல்லது சிலருடைய உணர்ச்சி பாதிக்கப்பட்டிருந்தால் மட்டும் போதாது. எதிரிக்கு எந்த மதத்தையும் அவரதிக்க வேண்டுமென்ற எண்ணம் அணுவளவும் இல்லை எனவே மதநிந்தனை என்பது இவ்வழக்கில் சிறிதும் இல்லை.

மதத்தையும் சாதியையும் ஒன்றாகப் பாவிக்கக்கூடாது. 295-வது சாதி உணர்ச்சியைக் காப்பதற்காக ஏற்பட்டதன்று. இந்த வழக்கில் எந்த உணர்ச்சியேனும் பாதிக்கபட்டிருந்தால் அது சாதி உணர்ச்சியே ஆகும். மத நிந்தனைக்கும் இதற்கும் நிரம்ப வேற்றுமை உண்டு. சாதி உணர்ச்சியைப் பாதிப்பது குற்றச்சட்டத்தின் கீழ் வராது.

இச்சமயத்தில் மாஜிஸ்ட்ரேட் இவ்வழக்கை 297-வது பிரிவின்கீழ் கொண்டுவந்திருந்தால் பொருத்தமாயிருக்கு மென்று குறிப்பிட்டார். இப்பிரிவு சட்டவிரோதமான பிரவேசத்தையும், மத உணர்ச்சியை அவமதிப்பதையும் பற்றியது.

ஸ்ரீமான். இராஜகோபாலாச்சாரியார் தொடர்ந்து சொன்னதாவது:- 297-வது பிரிவின் கீழும் இது வராது. எல்லாருக்கும் தெரிந்தே எதிரி உள்ளேபோனார். ஒருவரும் அவரைத் தடைசெய்யவில்லை. எனவே இது சட்டவிரோதமான பிரவேசமாகாது. யாருடைய மத உணர்ச்சியேனும் பாதிக்கப்பட்ட தென்பதற்கு இங்குச் சாட்சியம் எதுவும் விடப்படவில்லை. ருசுப்படுத்தாத வரையில் ஒருவருடைய மத உணர்ச்சியும் பாதிக்கப்பட வில்லையென்றே வைத்துக்கொள்ள வேண்டும்.

மாஜிஸ்ட்ரேட்:- இதை நானும் கவனித்தேன் பிராஸிகியுட்டிங் இன்ஸ்பெக்டர் இதற்குக் காரணம் சொல்ல வேண்டும்.

ஆச்சாரியார்:- எப்படியானாலும் 295-வது பிரிவைவிடச் சுலப மாக 297-வது பிரிவின் கீழ் எதிரி விடுதலை பெறுவார். 295-வது பிரிவின் கீழ் தண்டனை விதிக்க வேண்டுமென்று மதநிந்தனை செய்யப்பட்டிருக்க வேண்டும். எதிரிக்கு இந்த நோக்கமேயில்லை. அவர் தெய்வ ஆராதனை செய்ய வேண்டுமென்ற ஒரே நோக்கத்துடன் சென்றார். மைசூர் சமாஸ்தானத்தில் மேலைக்கோட்டை கோவிலில் வருஷத்தில் சில தினங்களில் பஞ்சமர்கள் உள்ளே விடப்படுகிறார்கள்.

மாஜிஸ்ட்ரேட்:- மன்னார்குடி ரதோற்சவத்திலும் இவ்வாறு நடக்கிறது.

ஆச்சாரியார்:- பஞ்சமர் கோவிலில் பிரவேசிப்பதே மதநிந்தனை யானால் இவ்வாறு சில குறிப்பிட்ட தினங்களில் மத நிந்தனை செய்யலாமென விதிசெய்திருக்க மாட்டார்கள். குற்றச்சட்டத்தின் கீழ் வரக்கூடிய செயல்கள் குற்றம் செய்யும் நோக்கத்துடன் செய்யப்பட்ட குறிப்பிட்ட செயல்களாயிருக்க வேண்டும். ஒரு மனிதன் ஒரு சாதி யிற் பிறந்ததினாலும் ஓர் இடத்தில் இருந்ததனாலுமே அவனைத் தண்டிக்கக்கூடாது. கிரிமினல் கோர்ட்டுகளை தீண்டாமைத் தத்துவத்தை நடத்தி வைப்பதற்காக உபயோகித்தல் சரியன்று. என்னுடைய கடைசி வாதம் இது. எதிரி பரவசத்தினால் மெய்மறந்து போகவில்லை யென்றும், கோவிலுக்குள் பிரவேசிக்கத் தனக்குள்ள உரிமையை நாட்டுவதற்கே போனதாகவும் வைத்துக் கொள்வோம். அப்போதும் இது குற்றச் சட்டத்தின் கீழ் வராது. உதாரணமாக ஒருவன் ஒரு பொருளைத் தன்னுடையது என்று உரிமை கொண்டாடி எடுத்துக்

கொண்டால், அவனைத் திருட்டுச் சட்டத்தின் கீழ் தண்டிக்க முடியாது. எதிரி தாம் ஒரு ஹிந்து என உண்மையில் நினைக்கிறார். ஹிந்து கோவிலில் ஆராதனை செய்யத் தமக்கு உரிமை உண்டென எண்ணுகிறார். செல்வாக்குள்ள சாதி இந்துக்கள், பலர் அவருடைய உரிமையை ஆதரிக்கிறார்கள். அவர் அமைதி முறையிலேயே தமது உரிமையை வற்புறுத்துகிறார். அவரை வெளியே விட்டுக் கதவைச் சாத்திவிடலாம். அப்படியும் அவர் உள்ளே புகுந்தால் நஷ்ட ஈடு வாங்கலாம். ஆனால் அவர் மதநிந்தனை செய்ததாக மட்டும் ஏற்படாது. தீண்டாதாரின் உரிமைகளை ஆதரித்து மகாத்மா காந்தியும், காங்கிரஸும் செய்துவரும் கிளர்ச்சியையும், தீண்டாதாருக்குள் ஏற்பட்டிருக்கும் உணர்ச்சியையும் சாதி ஹிந்துக்கள் பலர் அவர்கள் உரிமையை அங்கீகரித்திருப்பதையும் கவனித்தால், எதிரியின் செயலை மத நிந்தனையென்று சொல்ல முடியாது. தீண்டாமை விலக்குக்கு விரோதமாக இந்தச் சட்டத்தைப் பிரயோகிக்க முடியுமாவென்ற விஷயத்தை கோர்ட்டார் முடிவுசெய்துவிடும்படி கேட்டுக்கொள்கிறேன்.

பின்னர் பிராஸிகியுட்டிங் இன்ஸ்பெக்டர் தண்டனைக்குச் சாதகமாக வாதம் செய்தார். மாஜிஸ்டிரேட்டுக்கு சந்தேகமிருந்தால் 297-வது பிரிவின் கீழ் வழக்கை மாற்றிவிடலாமென்று குறிப்பிட்டார். ஸ்ரீமான். ஆச்சாரியார் வழக்கை மீண்டும் விசாரணைக்குக் கொண்டுவர எவ்வித முகாந்திரமுமில்லையென்று கூறினார்.

இத்துடன் வாதம் முடிவடைந்தது. மறுநாள் மாஜிஸ்டிரேட் தீர்ப்புக் கூறினார். மதநித்தனை செய்யப்பட்டதாக நிரூபிக்கபடவில்லையென்று அபிப்பிராயப்பட்டுத் தண்டனையை ரத்து செய்து எதிரியை விடுதலை செய்தார்.

நவசக்தி பத்திரிகையில் வெளியான இந்தச் செய்தியை குடி அரசு பத்திரிகை வெளியிட்டது. 03 ஜனவரி 1926.

ஈரோடு ஆலயப் பிரவேச வழக்கு

தத்தாத்திரி குருக்களின் சாட்சியம்

ஹிந்துக்களென்போர் மகாமண்டபம் வரையில் போகலாம்

ஆகமத்தில் தீண்டாதார் போகக்கூடாதென்று கூறப்பட்டில்லை

(நமது விசேஷ நிருபர்)

ஈரோடு, ஆகஸ்ட் 30

ஈரோடு ஸ்டேஷனரி சப் மாஜிஸ்டிரேட் கோர்ட்டில் சப் மாஜிஸ்டிரேட் முன்னிலையில் இம்மாதம் 29ந் தேதி வியாழக்கிழமையன்று பகல் 11-30 மணிக்கு ஈரோட்டிலுள்ள ஈஸ்வரன் கோயிலில் 1929ம் ஆண்டு ஏப்ரல் மாதம் 4ந்தேதி வியாழக்கிழமையன்று 7-30மணிக்கு திரு. ஈஸ்வரன் என்பார் திரு. பசுபதி, திரு. கருப்பன் என்ற இரு ஆதிதிராவிட வகுப்பினர்களை அழைத்துக்கொண்டு கோயிலின் உள்ளே சென்றதாகக் குற்றம் சாட்டப்பட்ட வழக்குக் கொண்டு வரப்பட்டு அதை விசாரித்த சப் மாஜிட்ரேட் வேறு கோர்ட்டுக்கு மாற்றமாகி வேறு புதிய முஸ்லிம் மாஜிஸ்டிரேட் ஈரோடுக்கு வந்துவிடவே அவர் முன்னிலையில் மீண்டும் கோயில் பிரவேச வழக்கு புனர் விசாரணை செய்யப்பட்டு வருகிறது. இவ்வழக்கில் வாதிகள் சார்பில் பிராசிகியூட்டிவ் இன்ஸ்பெக்டரும் பிரதிவாதிகள் சார்பில் வக்கீல்கள் நாகை பாரிஸ்டர் திரு. கே. சுப்பிரமணியம் அவர்களும் சென்னையிலிருந்து திரு. டி.எஸ். ஆறுமுகம் பிள்ளை அவர்களும், திருச்சி திரு. ஜே.எஸ். ராமானுஜம் அவர்களும் ஆஜராகியுள்ளனர். கோர்ட்டில் ஏராளமான மக்கள் குழுமியிருந்தனர். இன்று இரண்டாவது சாட்சியாக தத்தாத்திரி குருக்கள் முதன் முதலாவதாக பிராஸிகியுட்டிங் இன்ஸ்பெக்டரால் விசாரணை செய்யப்பட்டார்.

தத்தாத்திரி குருக்கள்

கே:- நிருத்த மண்டபம் என்றால் என்ன?

ப:- நிர்த்தணம் செய்யும் இடம் நிருத்த மண்டபம் என்று சொல்லப்படும்.

கே:- துவாரபாலகர்கள் என்ற சிலைகள் எங்கே யிருக்கின்றன?

ப:- வாத்திய மண்டபத்தின் வாயிலில் இருக்கின்றன.

கே:- அதற்கடுத்து மேல்புறத்தில் என்ன இருக்கிறது?

ப:- அர்த்த மண்டபம் இருக்கிறது.

கே:- அதற்கு மேல்?

ப:- கற்பக்கிரகம்.

மாஜிஸ்டிரேட்:- அதில் என்ன இருக்கிறது?

ப:- அதில் தான் சாமி இருக்கிறது.

ச.இ.கே:- பஞ்சமர்கள் எங்கிருந்து தரிசனம் செய்ய வேண்டும்?

ப:- கருடஸ்தம்பத்துக்குக் கீழ்பாகத்திலிருந்துதான் தரிசனம் செய்ய வேண்டும்.

கே:- தீண்டாதார் எனப்படும் ஜாதி யார் யார் யார்?

ப:- சக்கிலி, பறையர், வள்ளுவர் மற்ற ஜாதியார் எல்லாம் தீண்டப்படாதாரே.

கே:- உங்கள் கோயிலில் யாராவது தீண்டாதார் வந்து நுழைந்தார்களா?

ப:- நானும் முத்துசாமி குருக்களும் சர்க்கார் கட்டளைப் பூசையை வழக்கம் போல் செய்துவிட்டு கதவை சாத்தும்போது (துவார பாலகர்கள் கதவை) ஈஸ்வரன், பசுபதி, கருப்பன் மற்றும் 10, 15 பேரும் கூட்டமாகக் கோபுர வாசலுக்குள் வந்தார்கள்.

மாஜிஸ்திரேட்:- அது எந்த இடம்?

ப:- கருடஸ்தம்பத்துக்கு மேற்கில் கோயில் தலைவாசல் தாண்டி வந்துக் கொண்டிருந்தார்கள். ஈஸ்வரன் முன்னால் சந்துக் கதவை திறந்து விடுங்கள் பூசை பண்ண வேண்டுமென்று கூறினார்.

ச.கே:- ஈஸ்வரன் மட்டும் தான் அங்கு வந்தாரா?

ப:- இல்லை, எல்லாரும் அவருடன் வந்தார்கள்.

மா.கே:- எல்லோரும் அம்மூன்று பெயருடன் வந்தார்களா?

ப:- ஆம்.

கே:- அப்புறம் என்ன நடந்தது?

ப:- நான் சாமி கதவையும், முத்துசாமி குருக்கள் அம்மன் கோயில் கதவையும் பூட்டிக்கொண்டு வெளியே வந்துவிட்டோம்.

கே:- அப்புறம்?

ப:- குட்டமேனன் எங்களுடன் வந்து கருடஸ்தம்பத்திடம் நின்று விட்டான். அவனுக்கு திருவிளக்கு போடும் வேலை. பின் நாங்கள் வீட்டுக்கு போய்விட்டோம்.

கே:- அப்போது இவர்களெல்லாம் எங்கே இருந்தார்கள்?

ப:- கோயிலுக்குள் இருந்தார்கள்?

கே:- ஈஸ்வரன் என்ன ஜாதி? அவர் எதுவரை வரலாம்?

ப:- வர் சூத்திரன் வரும் இடம்வரை வரலாம். அவர் பிள்ளை ஜாதி.

கே:- மற்ற இருவர்கள் எதுவரை வரலாம்? என்ன ஜாதியினர்?

ப:- அவர்களிருவரில் ஒருவர் வள்ளுவர், ஒருவர் பஞ்சமர். அவர்கள் கருடஸ்தம்பம் வரைதான் வரலாம். அவர்கள் இருவரும் வருவதால் கோயிலில் அசுத்தம் ஏற்பட்டுவிடும்.

கே:- அங்கே (வாத்திய மண்டபத்தில்) என்ன சாமிகள் இருக்கிறது?

ப:- விக்கினேசுரர், துவாரபாலகர், நவக்கிரகம், நந்திகேஸ்வரர், இன்னும் சில சில்லரைத் தேவதைகள்.

கே:- பூஜை பண்ணவந்ததாகச் சொன்னீர்களே! அவர்களுடன் பேசினீர்களா?

ப:- அவர்கள் பூஜை செய்யவேண்டுமென்றார்கள். தேங்காய்ப்பழம் கையில் வைத்திருந்தார்கள்.

கே:- யாரும் அம்மண்டபத்தில் இலை போட்டுச் சாப்பிடலாமா? பீடி சிகரட்டுகள் குடிக்கலாமா? அப்படிச் செய்தால் என்ன?

ப:- அங்கே சாப்பிடவுங்கூடாது; பீடி சிகரெட்டுகள் குடிக்கவுங் கூடாது. அதனால் கோயில் அசுத்தமாகிவிடும்.

கே:- அப்படி அசுத்தமானால் அதற்கு என்ன செய்யவேண்டும்?

ப:- அசுத்தத்தை விலக்க சம்ரோக்ஷனை செய்து சுத்தப்படுத்த வேண்டும்.

கே:- பின் என்ன நடந்தது?

ப:- நானும் மற்ற குருக்களுமாக இருவரும் தர்மகர்த்தா வீட்டிற்குப் போய் அவரைத்தேடினோம். அவர் வீட்டிலில்லை. பின்பு திரும்பிப்போனோம் அன்று இருந்தார். நடந்ததை அவரிடம் சொன்னோம்.

கே:- பின் சம்ரோக்ஷனை எப்போது நடந்தது?

ப:- ஒன்றரை மாதம் கோயில் சாத்தப்பட்டிருந்தது. அதன் பின்புதான் அது நடந்தது.

கே:- நவக்கிரகத்துக்கு அபிஷேகம் யார் செய்யவேண்டும்?

ப:- நாங்கள்தான் செய்யவேண்டும்; மற்றவர்கள் யாராவது செய் தால் நாங்கள் பின் சம்ரோக்ஷனை செய்ய வேண்டும்.

கே:- ஈஸ்வரன் முதலில் வந்தாரே! மற்றவர்கள் எப்படி வந்தார்கள்?

ப:- இவர் வந்து நின்று கொண்டு மற்றவர்களைக் கூப்பிட்டார். அதன் பின்புதான் அவர்கள் வந்தார்கள்.

கே:- அங்கே சாப்பிட்டார்களா?

ப:- அது தெரியாது. அத்தகைய கேள்வி கேட்க கூடாதனெ கோயில் நுழைவுக்காரர்களின் வக்கீல் ஆக்ஷேயித்தார்.

கே:- கோயில் சாத்தப்பட்ட காலத்தில் என்னென்ன நடந்தது?

ப:- நாங்கள் கோயிலுக்கு பக்கத்தில்தான் குடியிருக்கிறோம். இந்த ஒன்றரை மாதமும் ஜனங்கள் வந்து பார்த்து ஏமாந்து போனார்கள்.

கே:- குட்ட மேனனை மீண்டும் எப்போது பார்த்தீர்கள்?

ப:- மறுநாள் காலை கதவைப் பூட்டிக் கொண்டு சாவியைக் கொடுத்தான்.

கே:- இந்த கேஸ் விஷயமாய் இப்பொழுது இருக்கும் ஞாபகத்தை விட முன்பு விசாரித்தபோது அதிக ஞாபகமுண்டல்லவா?

ப:- அப்போது இருந்ததை அப்போது சொன்னேன். இப்போது இருப்பதை இப்போது சொல்கிறேன்.

கே:- கேஸ் நடந்தது எப்பொழுது?

ப:- மூன்று மாதத்திற்கு முன்.

கே:- கருப்பன் என்பவரை உமக்கு எப்படித் தெரியும்?

ப:- கோயிலுக்கு வந்தபோதுதான் தெரியும்.

கே:- அவர் ஜாதி எப்போது தெரியும்?

ப:- அதுகூட அன்றுதான் தெரியும்.

கே:- அவர் ஆதிதிராவிடன் என்பது உமக்கு எப்படித் தெரியும்?

ப:- வெளியே கூடி இருந்தவர்கள் சொல்லிக் கொண்டிருந்தார்கள்.

கே:- முன்பு விசாரிக்கும் போது தேங்காய்ப் பழம் வைத்து இருந்தது யார் என்று சொல்ல முடியாது என்று சொன்னீரா? இல்லையா?

ப:- அப்போது சொன்னேன் இப்போது ஞாபகம் இன்னார்தான் தேங்காய் பழம் வைத்திருந்தார்கள் என்று குறிப்பில் சொல்ல முடியவில்லை என்று சொன்னேன். (இது குறித்துக் கொள்ளப் பட்டது)

கே:- கோயில் மண்டபம் வாயில் போன்ற இவ்விவரங்களை முன் உம்மிடம் கேட்கவில்லை, நீரும் சொல்லவில்லையா?

ப:- ஆம்.

கே:- கருடஸ்தம்பம் என்றால் என்ன?

ப:- அது கற்றூண்.

கே:- எல்லா பிராமணர்களும் இந்துக்கள்தான்?

ப:- ஆம்.

கே:- ஆதிதிராவிடர்களும் இந்துக்கள் தானே?

ப:- தெரியாது.

கே:- அப்படி அல்ல? அதை சொல்ல உமக்கு சக்தி இல்லையா அல்லது ஆகமப்படி அதைத் தெரிந்து சொல்ல முடியுமா?

ப:- தெரியாது.

கே:- ஆதிதிராவிடர்கள் இந்துக்கள் என்று ஒப்புக்கொள்ளுகிறீரா? இல்லையா?

ப:- ஆமாம் ஒப்புக்கொள்ளுகிறேன்.

கேள்வி:- இந்துக்களில் எந்த வகுப்பைச் சார்ந்தவனும் மகாமண்டபம் வரையில் போகலாமா?

ப:- ... ...

கே:- பிராமணன் தவிர இதர இந்துக்கள் (பிராமணரல்லாதார்) மகா மண்டபம் வரை வரலாம் என்று ஆகமத்தில் இருக்கிறதா? இல்லையா?

ப:- ஆகமத்தில் இருக்கிறது.

கே:- ஆதிதிராவிடர்களும் பிராமணரல்லாதார்கள் தானே?

ப:- ஆமாம்.

கே:- பிராமணரல்லாதார் எல்லோரும் மகாமண்டபம் வரையில் வரலாம் என்று ஆகமத்தில் இருக்கிறதா? இல்லையா?

ப:--- பிராமணரல்லாதார் எல்லாரும் வரலாம் என்று இருக்கிறது.

கே:- கருடஸ்தம்பத்துக்கும் மகாமண்டபத்துக்கும் எவ்வளவு தூரம் இருக்கும்?

ப:- முப்பது முழம் இருக்கும்.

கே:- மகாமண்டபம் வரையில் அவர்கள் வரலாம் என்றீரே? அவர்கள் வரும்போது பாதியில் ஏன் கதவைச் சாற்றினீர்.

ப:- வழக்கமாய்ச் செய்வதுபோல் செய்தேன்.

கே:- வழக்கமாய்ப் பூசை எத்தனை மணிக்கு செய்வது?

ப:- ஏழு மணிக்கு.

கே:- இவர்கள் வந்த விசேஷம் தவிர வேறு விசேஷமில்லையே?

ப:- இல்லை.

கே:- மற்றவரும் நீரும் கதவைப் பூட்டும்போது வழக்கமாய்ப் பூட்டுவதென்று பூட்டினீரா? அல்லது வேறு காரணங்கொண்டு பூட்டினீரா?

ப:- சாதரணமாகப் பூசை முடிந்துவிட்டதால் தான் நாங்கள் பூட்டி விட்டுப் போனோமே தவிர வேறு காரணமில்லை.

கே:- சூத்திரர்கள் எல்லாம் மகாமண்டபம் வரையில் வரலாம் என்றீர்களே? அவர்கள் யார்?

ப:- சூத்திரர்கள் என்றால் பிராமணர்கள் சொல்லும் வழக்கப்படி பிராமணரல்லார்தான்.

கே:- சூத்திரர் என்றால் வேலைக்காரப் பெண்ணை வைப்பாக வைத்திருந்து அந்த பெண்ணுடன் கூடிப்பிறந்த பிள்ளைக்குச் சூத்திரன் என்று பெயர் என்று தமக்குத் தெரியுமா?

ப:- தெரியாது.

கே:- சூத்திரர்களென்றால் தாசிகள் பிள்ளைக்குச் சொல்வது. அதாவது வேசிக்குப் பிறந்த பிள்ளைக்கு அந்த பேர் என்பது தமக்குத் தெரியுமா?

ப:- தெரியாது.

கே:- உமது கோயிலுக்கு தாசிகள் வருவதுண்டா?

ப:- வருவதில்லை.

கே:- முன்னர் சில கிழதாசிகள் வந்திருந்தார்களல்லவா?

ப:- ஆமாம்.

கே:- அக்காலத்தில் அவர்கள் பிள்ளைகளும் அவர்களுடன் வந்து கொண்டிருந்தார்களல்லவா?

ப:- ஆமாம்.

கே:- அவர்களுடன் வேறு பிள்ளைகள் வருவதைப் பார்த்திருக்கிறீரா?

ப:- இல்லை.

கே:- தாசிகளின் புத்திரர்கள் வந்தால் கோயில் அசுத்தமாகாதே?

ப:- அவர்கள் நிருத்த மண்டபம்வரையில் வரலாம்.

கே:- அவர்கள் மகாமண்டபம் வரையில் வரலாமா?

ப:- வரலாம்.

கே:- தாஸிபுத்திரர்களும் பிராமணல்லாதார்கள் தானே?

ப:- ஆமாம்.

கே:- அவர்களும் ஹிந்துக்கள் தானே?

ப:- ஆமாம்.

கே:- உம்முடைய வீடு கோயிலுக்குச் சமீபத்திலா?

ப:- ஆமாம்; இருபது முழ தூரத்தில் உள்ளது.

கே:- நீர் எப்போதும் வீட்டிலிருந்து ஆகமம் பார்ப்பது வழக்கம் போலும்.

ப:- ஆமாம்.

கே:- இந்த ஏப்ரல் மாதம் 4-ந்தேதி வீட்டில்தானே இருந்தீர்?

ப:- ஆம்.

கே:- அன்று இரவு ஏதாவது கோயிலில் கலகம், சத்தம், இறைச்சல் கேட்டதா? இல்லையா?

ப:- இறைச்சல் இருந்தது; ஏக பெரிய சப்தம் கேட்டுக் கொண்டிருந்தனர்.

கே:- அந்த இறைச்சல் கேட்டதே, அதில் விளங்கிய வார்த்தைகள் என்னவென்று கூறமுடியுமா?

ப:- ஹோ என்று ஒரே சத்தமாகக்கேட்டது.

கே:- எத்தனை மணி வரை சத்தம் கேட்டது?

ப:- இரவு முழுதும் கேட்டுக்கொண்டிருந்தது.

கே:- அப்போது வீட்டைவிட்டு நீர் வெளியில் வந்தீரா?

ப:- இல்லை.

கே:- ஏன் வரவில்லை?

ப:- வரக்கூடாதவர்கள் கோயிலுக்குள் வந்துவிட்டார்கள். ஆதலால் தான் என் வீட்டு திண்ணையில் நான் உட்கார்ந்து கொண்டு இதைப் பார்த்துக்கொண்டு இருந்தேன். நான் உட்கார்ந்து இருந்தது என் வீட்டுவெளி திண்ணையில்தான்.

கே:- கோயிலுக்குள் யாராவது போனார்களா?

ப:- அந்த திண்ணையில் தட்டிக்கட்டி இருக்கிறது. ஆதலால் பார்க்க முடியவில்லை.

கே:- திண்ணையில் தட்டிக் கட்டி இருந்ததால்தானே கோயிலில் நடந்தது உமக்குத் தெரியவில்லை?

ப:- ஆமாம்.

கே:- இறைச்சலில் குரல் யாருடையது என்பது தெரியுமா?

ப:- தெரியாது.

கே:- அன்று பொழுது விடிந்த பின்னர்தான் வெளிவந்தீரா?

ப:- ஆம்.

கே:- போகட்டும் தட்டிதான் மறைத்ததே, வீதியில் யாரவது நடந்தது கூடத்தெரியாதா?

ப:- தெரியாது.

கே:- குட்டமீனன் இரவு உமது வீட்டுக்கோ திண்ணைக்கோ வர வில்லையா?

ப:- ஆமாம்.

கே:- உமது வீட்டுத் திண்ணையில் உட்கார்ந்திருந்தால் கருடஸ்தம்பம் தெரியுமா? தெரியாதா?

ப:- வீட்டில் மரக்கேட்டு இருக்கிறது. அது திறந்திருந்தால் தெரியும். அதுவும் அன்று மூடி இருந்தது.

கே:- கோயிலுக்குள் தானே அசுத்தம் ஏற்பட்டது. நீர் ஏன் எல்லாம் சாற்றி மூடிக்கொண்டீர். ஏதாவது பயமா?

ப:- ஆம், பயந்துதான் உள்ளே இருந்தேன்.

கே:- தர்மகர்த்தா வீடு சென்றுவந்த போது எதுவும் நடக்கவில்லையே?

ப:- இல்லை.

கே:- முதல் சாட்சி எங்கு இருக்கிறார்?

ப:- முதல் சாட்சி என் வீட்டுக்கு அடுத்த வீட்டில்தான் இருக்கிறார்?

கே:- அவரும் உம்மூடன் தானே இருந்தார். அவருடன் ஏதாவது பேசினீரா?

ப:- தெரியாது பேசவில்லை.

கே:- காலை 7 மணிக்கு முத்துசாமி குருக்களுடன் பேசும்போது இறைச்சலைப் பற்றி கேட்டீரா? அவர் ஏதாவது சொன்னாரா?

ப:- இல்லை.

கே:- பொழுது விடிந்ததும் கூட்டமில்லையா?

ப:- இல்லை.

கே:- குட்ட மீனனை எப்போது பாரத்தீர்?

ப:- காலை ஏழு மணிக்கு.

கே:- அவன் இறைச்சலைப் பற்றி ஏதாவது சொன்னானா?

ப:- இல்லை.

கே:- வெள்ளிக்கிழமை போக சனிக்கிழமை தெருவில் சாதாரணமாக நடந்து கொண்டிருந்தீரா இல்லையா?

ப:- நடத்து கொண்டு தான் இருந்தேன்.

கே:- மற்ற இருவர்களுங்கூடவா?

ப:- அவர்களுந்தான்.

கே:- சம்ப்ரோக்ஷணை செய்யும்வரை நீராவது முத்துசாமி குருக்களாவது அந்தக் கோயிலைப் பார்த்தீரா?

ப:- இல்லை.

கே:- அது என்னவாயிற்று என்பதே உமக்குத் தெரியாதே?

ப:- தெரியாது.

கே:- தர்மகர்த்தாவைப் பார்க்கப் போனது சம்ரோக்ஷணை செய்ய வேண்டுமென்பதைத் தெரிவிக்கதானே?

ப:- ஆமாம்.

கே:- தர்மகர்த்தா தான் இல்லையே. பின் கோயில் கமிட்டி அங்கத்தினர் யாரிடமாவது இதுபற்றி யோசித்தீரா?

ப:- ஆம், பழையபேட்டை பட்டக்காரரிடம் சென்று தெரிவித்தோம்.

கே:- அங்கே அவர் என்ன சொன்னார். சம்ரோக்ஷணை செய்ய வேண்டுமென்றாரா?

ப:- ஆம், தர்மகர்த்தாவிடமும் போய்ச் சொல்லச் சொன்னார்.

கே:- எப்போது அரைப் பார்த்தது?

ப:- வெள்ளிக்கிழமை மாலை போர்டு தலைவரைப் பார்த்தேன்.

கே:- பகலில் நீங்களிருவரும் இதைப் பற்றி யாரிடமாவது யோசித்தீர்களா? உள்ளூர் பிரமுகர்கள் யாரிடமாவது இதைப்பற்றி பேசினீர்களா?

ப:- இல்லை.

கே:- பழனியப்ப முதலியையும், அங்கப்ப முதலியையும் வெள்ளிக்கிழமை பார்த்தீரா? இல்லையா?

ப:- பார்த்தேன்.

கே:- இவர்கள் ஈரோட்டுக்காரர்கள்தானே?

ப:- ஆமாம்.

கே:- போலீஸ் ஹெட்கான்ஸ்டேபிளை உமக்குத் தெரியுமா?

ப:- தெரியாது.

கே:- வியாழக்கிழமை ராத்திரி யாரவது போலீஸ்காரர் வந்தார்களா? வந்ததாய்க் கேள்விபட்டீரா?

ப:- இல்லை.

கே:- ஹெட்கான்டேபிள் நாயுடுவை எப்போதுதான் பார்த்தீர்?

ப:- கோர்ட்டில்தான் பார்த்தேன்.

கே:- அவர் எந்த கேஸில் எதற்கு வந்தார் என்பது தெரியாதா?

ப:- தெரியாது.

கே:- சனிக்கிழமை பகலில் தர்மகர்த்தாவைத் தேடினீரோ? முத்துசாமி குருக்கள் போகவில்லையோ?

ப:- இல்லை.

கே:- ஏன் போகவில்லை?

ப:- அவர் ஊருக்கு வர 2, 3 தினங்களாகும் என்று முன்பே தெரிந்ததால்தான் போகவில்லை.

கே:- இந்த மூன்றுபேர் தவிர மற்றவர்களின் பெயர், ஜாதி அடையாளம் இவை தெரியுமா?

ப:- தெரியாது.

கே:- வெளியூர்க்காரர் உள்ளூர்க்காரர் என்பதுகூட தெரியாதா?

ப:- தெரியாது.

கே:- நீரும் முத்துசாமி குருக்களும் ஈஸ்வரன் முன்னிலையில் இவர் வரலாம் மற்றவர்கள் வரக்கூடாது என்று பேசினீரா?

ப:- இல்லை.

கே:- இவர்கள் மூவர்கள் கதைபோக மற்ற 15 பேருக்குமேல் வந்தவர்களைத் தடுத்தீர்களா? இல்லையா?

ப:- வரலாமென்றோ, கூடாதென்றோ சொல்லவில்லை.

கே:- வீட்டுக்கு வந்து பின் தர்மகர்த்தா வீட்டுக்குப் போகும்போது ஈஸ்வரன் மட்டும் கோயிலுக்குள் போகலாம் என்று பேசிக் கொண்டு சென்றீர்களே. பின் வந்த பிறகு ஈஸ்வரன் என்ன ஆனார் என்று பார்த்தீரா? அவர் மகாமண்டபம் வரை செல்லலாம் என்று சொன்னீரா?

ப:- இல்லை.

கே:- கோயில் அசுத்தம் ஆகிவிட்டது என்றதுக்கு எப்பொழுதும் பார்க்காத மனிதர்கள் வந்ததுதான் காரணமா?

ப:- ஆமாம்.

கே:- இந்த 15 வருஷத்தில் உமது அநுபவத்தில் என்னென்ன ஜாதியார் உமது கோயிலுள் வந்தார்கள் என்பது உமக்குத் தெரியுமா?

ப:- அதிதிராவிடன் தவிர வேறு யாருமில்லை.

கே:- ஆதிதிராவிடன் என்றால் மிருகமா?

ப:- அல்ல.

கே:- எந்தெந்த ஜாதியினர் கோயிலுக்குள் வரலாமென்ற விவரம் தமக்குத் தெரியுமா? தெரியாதா?

ப:- தெரியாது.

கே:- இதுவரை கவுண்டர், செட்டியார், பிள்ளைகள், நாயுடுகள் இவர்கள் மட்டும்தான் வருவது வழக்கமா?

ப:- ஆமாம்.

கே:- இதில் தினம் பக்தியாய் மாலை நேரத்தில் வரும் உள்ளூர் ஆட்களில் எத்தனைபேர் உமக்குத் தெரியும்?

ப:- 4, 5 பெயர்களைத் தெரியும்.

கே: அவர்களில் யாரையாவது பார்த்தீரா?

இந்தக் கேள்விக்குப் பதில் இல்லை. தொடரும் என்ற குறிப்பு மட்டும் உள்ளது. 30 ஆகஸ்ட் 1929, ப. 3.

ஈரோடு ஆலயப் பிரவேச வழக்கு

குட்ட மீன னின் சாட்சியம்

சாட்சியத்தில் முன்னுக்குப் பின் முரண்பாடு

கோயில் தீட்டானது தீண்டாதார் வந்த தனாலா அங்கு சாப்பிட்டதனாலா?

(நேற்றைய திராவிடன் தொடர்ச்சி)

கே:- அவர்களின் பெயர்கள் என்னவென்று தெரியுமா?

ப:- அங்கப்ப முதலியார், பழனியப்ப முதலியார், பொன்னுசாமி ஐயங்கார், நாராயணன் ரெட்டி, சதாசிவ முதலியார், வேதமுத்து முதலியார் ஆகியவர்களைத் தெரியும்.

கே:- இவர்களில் யார் யார் பூஜைக்கு வந்தார்கள்?

ப:- பழனியப்ப முதலியாரும் அங்கப்ப முதலியாரும் சுவாமி தெரிசனத்துக்கு வந்திருந்தார்கள்.

கே:- இந்த இரண்டுபேரும் கோயில் பூட்டும்போது அங்கிருந்தார்களா? இல்லையா?

ப:- இருந்தார்கள்.

கே:- இந்த ஐந்து பேர்களைப் பின் பார்த்தீர்களா?

ப:- பார்த்தேன்.

கே:- வெள்ளிக்கிழமை இரவு கோயிலில் இவ்விருவர்களில் எவரை யாவது பார்த்தீர்களா?

ப:- இல்லை. மறுநாள் காலையில் பார்த்தேன்.

கே:- ஏதாவது இரவு நடந்ததைப் பற்றி பேசினீரா?

ப:- இல்லை.

கே:- மறுதினம் கண்டீர்களே; அவ்விருவர்களையும் ராத்திரி நடந்தது என்ன என்று ஏன் கேட்கவில்லை?

ப:- காரணம் சொல்லமுடியாது.

கே:- நவக்கிரகங்கள் இருக்கும் வாத்தியமண்டபம் மகாமண்டபத்திற்கு கிழக்குப்பக்கந்தானே இருக்கிறது?

ப:- ஆமாம்.

கே:- நவக்கிரகங்கள் இருக்கும் வாசற்படியை எப்போதும் பூட்டுவது வழக்கம் தானே?

ப:- ஆமாம்; அன்று பூட்டவில்லை. பூட்டு முறிந்து போய்விட்டது தான் அதற்குக் காரணம்.

கே:- பூட்டுக்கெட்டுப்போயிற்றா, யாராவது உடைத்துவிட்டார்களா? அதை இவ்வளவுநாள் ரிப்பேர் செய்யவில்லையா?

ப:- ஆமாம்.

கே:- கருடஸ்தம்பத்துக்கு வெளியேதான் தீண்டாதார் இருந்து தரிசனம் செய்யவேண்டுமென்பது எதைக் கொண்டு சொல்லுகிறீர்?

ப:- வழக்கத்தைக் கொண்டுதான்.

கே:- ஆகமத்தில் தாம் பார்த்தது பூசை செய்யும்விவரம் தவிர மற்றது பார்க்கவில்லையே?

ப:- பார்த்ததில்லை.

கே:- தீண்டாதார் என்ற ஜாதி இருப்பது எதைக்கொண்டு தெரியுமா?

ப:- தெரியாது. ஆட்களைப் பார்த்தால் தீண்டாதாரா இல்லையா என்பது தெரியும்.

கே:- இந்த பேர்கள் தவிர மற்ற 15 பேர்களில் தீண்டாதார்கள் உண்டா?

ப:- பார்க்கவில்லை.

கே:- தீண்டாதார்கள் என்றால் யார்?

ப:- வள்ளுவர், சக்கிலியர், பஞ்சமர் ஆகியோர்கட்குத்தான் தீண்டாதார் என்பது.

கே:- "நாங்கள் பூசை செய்யப்போகின்றோம்' என்று யாரோ சொன்னதாகச் சொன்னீரே, அம்மாதிரி கேட்டது யார்?

ப:- ஈஸ்வரம் மட்டுந்தான்.

கே:- அவரிடம் தேங்காய்ப் பழம் இல்லையா?

ப:- இல்லை.

கே:- உமக்குத் தெரிந்த வரையில் கோயிலுக்கு வெளியே கற்பூரம் வைத்து தீபாராதனை செய்யும் வழக்க மிருப்பது தெரியுமா?

ப:- எனக்குத் தெரிந்தவரை பார்த்ததில்லை.

கே:- தீண்டாதார்கள் வந்ததால் அசுத்தமானதாகச் சொன்னீர்களே அவர்கள் வீதிகளில் சாதாரணமாக வந்து கொண்டுதானே இருக்கிறார்கள்.

ப:- ஆமால்.

கே:- ஹிந்துக்கள் வீட்டில் யாராவது இறந்தால் தீண்டாதாரில்லாது காரியங்கள் செய்ய முடியுமா?

ப:- அது தெரியாது.

கே:- தீண்டாதாரில் பணக்காரர்கள் உண்டா?

ப:- தெரியாது.

கே:- உத்தியோகத்தில் அவர்கள் இருப்பதும் சட்டசபையில் இருப் பதும் தெரியுமா?

ப:- தெரியாது.

இக்கேள்வியைப் பிராஸிகியுட்டிவ் இன்ஸ்பெக்டர் ஆட்சேபித்தார்

கே:- தீண்டாதாரில் யாராவது உயர்ந்த உத்தியோகத்தில் இருந்தால் அவரை பிராமணர்கள் தொடக்கூடாதா?

ப:- எனக்குத் தெரியாது.

கே:- ஐரோப்பியரும் தீண்டாதாரா?

ப:- தெரியாது.

கே:- ஐரோப்பியரைப் பிராமணர்கள் தொடுவதுண்டா?

ப:- தெரியாது.

கே:- பிராமணர்களிலும் மதுபானம் மாமிசம் அருந்துபவர்களைக் கோயிலுக்குள் விடுவது தெரியுமா?

ப:- தெரியாது.

கே:- தீண்டாதார்கள் உள்ளே வரக்கூடாது என்பதற்கு வழக்கம் தவிர வேறு காரணமில்லை என்றீரே! கோயில் பூஜைகள் முன் வழக்கப்படிதானே நடக்கிறது.

ப:- ஆமாம்.

கே:- வழக்கமென்பது பகுத்தறிவுக்கு விரோதமாக இருக்கக் கூடாதே?

ப:- பகுத்தறிவு என்றால் என்ன?

கே:- வழக்கமென்பது நியாயத்துக்கு விரோதமாக இருக்கக்கூடாதே?

ப:- ஆமாம்.

கே:- அவ்கவளே பூஜை செய்து கொள்வதினால் உமக்கு வருமானம் குறைவதுண்டல்லவா?

ப:- ஆமாம்.

கே:- ஒரு ஆள் ஒன்றுக்கு பூசைக்கு என்ன வருமானம்?

ப:- ஒரு அணா அல்லது இரண்டணா.

கே:- தீண்டாதாரிலும் சிலர் குடிக்காமலும், மாமிசம் உண்ணாமலும் நல்ல நிலைமையிலும் இருக்கிறார்களல்லவா?

ப:- தெரியாது.

கே:- அந்த ஜாதியில் வக்கீல் இருப்பது தெரியுமா?

ப:- தெரியாது.

கே:- தீண்டாதாரில் உன் ஜாதிக்கும் எங்கள் ஜாதிக்கும் கல்வி போதிக்கும் உபாத்தியாயர்கள் இருப்பது தெரியுமா?

ப:- தெரியாது.

கே:- தீண்டாதாருக்கு சாமி கும்பிட தனி இடமுண்டா?

ப:- தெரியாது.

கே:- நந்தனாருக்கு சாமி மோக்ஷம் கொடுத்திருக்கிறதே அதைப் படித்திருக்கிறீரா?

ப:- தெரியாது.

கே:- புராணத்தில் சாம்புவன் என்ற பேரைப் படித்திருக்கிறீரா?

ப:- அதைப் பார்க்கவுமில்லை; அந்த கதையும் தெரியாது.

கே:- அவர் தீண்டாதார் என்பதும் ...சாமிக்கு அடிமை என்பதும் உமக்குத் தெரியுமா?

ப:- தெரியாது.

கே:- திருக்குறள் எழுதியவரும் தீண்டாதார்தானே?

ப:- தெரியாது.

கே:- தேர்கள் இழுப்பது தீண்டாதார்கள் தானே?

ப:- தெரியாது.

கே:- தீண்டாதாருக்கு தனி குருக்களுண்டா?

ப:- தெரியாது.

கே:- இவர்களில் சைவர்கள் இருப்பது தெரியுமா?

ப:- தெரியாது.

கே:- தீண்டாதார்கள் எல்லாம் திராவிடர்கள்தானே?

ப:- ஆமாம்.

கே:- ஆதிதிராவிடர்களிலே சிலர் கிறிஸ்துவர்களாவது தெரியுமா?

ப:- தெரியாது.

கே:- தர்மகர்த்தாவிடம் நீங்களிருவரும் சென்றபோது என்ன சொன்னீர்கள்?

ப:- வழக்கத்துக்கு விரோதமாகச் சிலர் கோவிலுக்குள் வந்து விட்டார்கள். பூஜை செய்ய சாவி கேட்டார்கள். ஆதலால் சம்பரோக்ஷணை செய்ய வேண்டும் என்றோம்.

கே:- இது தவிரவேறு ஏதும் சொல்லவில்லையே.

ப:- இல்லை.

கே:- ஈரோடு தேவஸ்தான கமிட்டியில் எல்லாரும் கோயிலுக்குள் போகலாம் என்று செய்த தீர்மானம் உங்களுக்குத் தெரியுமா?

ப:- தெரியாது.

கே:- கமிட்டி ஆபீஸ் இருக்கிறது தெரியுமா?

ப:- தெரியாது.

கே:- அங்கு மெம்பர்கள் யார் யார் என்பதும் அது எதற்கு என்பதும் தெரியுமா?

ப:- தெரியாது.

கே:- முத்துசாமி குருக்களாவது போர்டு தீர்மானத்தைப் பற்றி சொன்னாரா?

ப:- இல்லை.

கே:- ஜாதி இந்துக்கள் போல சமத்துவமடைய ஆதிதிராவிடர்கள் முயலுவதும் அதை மற்றவர்கள் ஆதரிப்பதும் உமக்குத் தெரியுமா?

ப:- தெரியாது.

கே:- சுயமரியாதை இயக்கம் என்ற ஒன்று ஈரோட்டில் இருக்கிறதே, அதற்கு ராமசாமி நாயக்கர் தானே தலைவர்?

ப:- அதெல்லாம் தெரியாது, அந்த இயக்கம் இருப்பது மட்டும் தெரியும்.

கே:- முதல் எதிரி அந்த இயக்கத்தார்தானே? மற்றவர்களும் அப்படித் தானே?

ப:- அதெல்லாம் தெரியாது.

கே:- இரண்டாவது எதிரிக்கு தாம் அர்ச்சனை செய்ததுண்டா?

ப:- இல்லை அவனைப் பார்த்ததுமில்லை.

கே:- கோயிலுக்குள் பைப் வைத்தது கிறிஸ்தவர் தானே?

ப:- நான் அப்போது ஊரில் இல்லை.

கே:- அது வைத்து எத்தனை வருட மிருக்கும்?

ப:- பத்து வருட மிருக்கும்.

கே:- பைப்பில் வேலை செய்வதில் கிறிஸ்தவர் இருப்பது தெரியுமா?

ப:- தெரியாது.

கே:- சுயமரியாதை இயக்கம் எவ்வளவு நாளாய் இருக்கிறது?

ப:- ஒரு வருஷமாய்.

கே:- பார்ப்பனர்கள் மதத்தின் பேரால் சொல்லும் ஜாதியின் உயர்வு நியாயத்துக்கு விரோதமென்பதுதான் அவ்வியக்கத்தின் நோக்க மென்பது உமக்குத் தெரியுமா?

ப:- தெரியாது.

கே:- ராமசாமி நாயக்கருக்கும் உள்ளூர் வெளியூர் பார்ப்பனர்களுக்கும் விரோதந்தானே?

ப:- தெரியாது.

கே:- நாயக்கர் போர்டு மெம்பர் தானே?

ப:- ஆமாம்.

கே:- அவரிடம் போனீர்களா?

கே:- ஏன்?

ப:- தர்மகர்த்தாவிடம் சொன்னதைச் சொல்லப் போனோம்.

கே:- சுயமரியாதை இயக்கமானது பார்ப்பனர்களுக்கு விரோத மென்ற காரணத்தினால் அதை ஒழிக்க வேண்டுமென்று பார்ப்பனர்களுக்குள் ஒரு கட்சி இருக்கிறதா? இல்லையா?

ப:- தெரியாது.

கே:- யாராவது கோயிலுக்குள் வந்து தாமே பூசை செய்வதால் உமக்கு நஷ்டமென்ன?

ப:- தெரியாது.

கே:- ஆனால், தக்ஷணை போவது நிச்சயமல்லவா?

ப:- ஆமாம்.

கே:- போலீசார் விசாரித்தார்களா?

ப:- என்னை இரவு 9 மணிக்கு விசாரித்தார்கள் அப்போது வேறு யாரும் அங்கே இல்லை. போலீஸ் ஸ்டேஷனில் இருந்தவர் களின் பெயரும் எனக்குத் தெரியாது.

கே:- அங்கே இருந்தவர்கள் யார்?

ப:- சர்க்கிள் இன்ஸ்பெக்டர்.

கே:- அவர் ஜாதி என்ன?

ப:- பிராமணர்.

கே:- கிராமங்களில் ஆதிதிராவிடர் கும்பிடும் சில தேவதைகளை பிராமணர்கள் கும்பிடுவதுண்டல்லவா?

ப:- தெரியாது.

கே:- தீண்டாதாருக்கு இன்ன தொழில்தான் உண்டு என்பது உமக்குத் தெரியுமா?

ப:- எனது ஆராய்ச்சியில் தெரியாது.

இத்துடன் கோர்ட் 3 மணிக்கு இடைவேளைச் சிற்றுண்டிக்கு கலைந்தது. மீண்டும் பிற்பகல் இடைவேளை போஜனம் முடிந்ததும் கோர்ட் கூடியபோது குட்ட மீனனை மூன்றாவது சாட்சியாக பிராசிகியிட்டிங் இன்ஸ்பெக்டர் விசாரணை செய்தார்.

குட்டமீனன்

கே:- கோயிலுக்குள் நுழைந்தவர்களை யாரென உமக்குத் தெரியுமா?

ப:- முன்னரும் தெரியும். ஈஸ்வரன் கோயிலுக்கு வியாழக்கிழமை அன்று இரவு 7 மணிக்கு வரும்போதும் தெரியும்.

கே:- அவர்கள் வந்து அங்கு என்ன செய்தார்கள்.?

ப:- அவர்கள் கோயிலுக்கு தேங்காய்ப் பழத்துடன் வந்தனர்.

கே:- யார் யார் வந்தனர்?

ப:- மேற்கண்ட மூவரும் அவர்களுடன் 10, 15 பேரும் வந்தனர்.

கே:- வந்த பின் என்னென்ன செய்தார்கள்?

ப:- தத்தாத்திரி,முத்துசாமி ஆகிய இவ்விரு குருக்களும் சிவன் கோயிலைப் பூட்டிவிட்டு வந்தார்கள்.

கே:- சனீஸ்வரன் இருக்குமிடத்திற்கு யார் யார் வந்தது.

ப:- அங்கே இந்து மூன்றுபேரும், மற்ற 10, 12 பேருடன் வந்தனர்.

கே:- வந்து என்ன செய்தார்கள்?

ப:- கோயிலைத் திறந்துவிடு பூசை செய்யவேண்டு மென்றார்கள்.

கே:- எதை?

ப:- கோயிலின் உட்புரத்தை.

கே:- கேட்டது யார்?

ப:- ஈஸ்வரன்.

கே:- அதன்படி திறக்காமல் குருக்கள் இருவரும் வெளியே ஏன் வந்து விட்டனர்?

ப:- வரக்கூடாதவர்கள் கோயிலுக்குள் வந்துவிட்டனர் என்று பயந்து தான் வெளியே வந்துவிட்டனர்.

கே:- பசுபதி, கருப்பன் ஏன் கோயிலுக்குள் வரக்கூடாது?

ப:- அவர்கள் ஈன ஜாதியார். ஆனதால்தான் அவர்கள் வந்ததும் சாற்றப்பட்டது.

கே:- ஈனஜாதி என்றால் யார்?

ப:- பசுபதி, கருப்பன் மற்ற பேர் தெரியாத பலரும் ஈன ஜாதியினர்.

கே:- பசுபதி என்ன ஜாதி?

ப:- வள்ளுவர்; கருப்பன் பறையன். இவர்கள் வந்தார்கள் என்றுதான் குருக்கள் வெளியே வந்துவிட்டனர்.

கே:- பின்பு என்ன நடந்தது?

ப:- அவர்கள் சனீஸ்வரன் கோயிலுக்குப் பக்கத்தில் வரிசையாக உட்கார்ந்துவிட்டார்கள்.

கே:- உட்கார்ந்துகொண்டு என்ன செய்தார்கள்?

ப:- எல்லாரிடத்தும் இருந்த சிறிய புத்தகத்தை திறந்து படித்துக் கொண்டிருந்தார்கள்.

கே:- பின்னர் என்ன நடந்த து?

ப:- கதவைத்திறக்கவில்லையே பூஜை செய்ய வேண்டும் என்று சொல்லிக் கொண்டிருந்தனர்.

கே:- அப்புறம் என்ன நடந்தது?

ப:- பசுபதி நவக்கிரகத்துக்குக் கருகில் போனான்.

கே:- எப்படிப் போனான்?

ப:- நவக்கிரகத்துச் சாமிக்கு அருகில் போனான். பக்கத்திலிருந்த செம்பிலே தண்ணீர் இருந்தது; அதை எடுத்து சாமி தலையிலே ஊற்றி அபிஷேகம் செய்தான்.

கே:- எந்த சாமிமேலே ஊற்றினார்?

ப:- நவக்கிரகத்திலே.

கே:- பின்னர்.

ப:- தேங்காய் உடைத்து வைத்து பூஜை பண்ணினான். பிரசாதம் அங்கே உட்கார்ந்து இருந்தவர்களுக்குக் கொடுத்தான் எல்லாரும்

சாப்பிட்டனர். பிறகு சிறிது நேரம் தங்களிடமிருந்த புத்தகத் தைப் படித்துக் கொண்டிருந்தார்கள். 10, 10-30 மணிக்கு செட்டிசாமியார் சோறு கொண்டுவந்தார். பின்பு தண்ணீர் கொண்டு வந்ததும் இலைகளை வரிசையாய்ப் போட்டுக் கொண்டு எல்லாருக்கும் பசுபதி பரிமாறிய பின்னர் அனைவரும் சாப்பிட்டனர்.

கே:- நீ சாப்பிட்டாயா?

ப:- இல்லை. சாப்பிட்டு எழுந்து கையலம்பிக்கொண்டு சிகரட்டு பீடி பிடித்துவிட்டு பின்பும் புத்தகம் படித்துக் கொண்டிருந்தனர். விடியற்காலம் 4 மணிக்கு எழுந்து காவேரிக்கு ஸ்நானஞ் செய்ய எல்லாரும் போயினர். பின்பு ஏழுமணிக்கு மீண்டு அனைவரும் வந்தனர். அப்போது வெளிக்கதவும் பூட்டிக்கிடந்தது. சிறிது நேரம் அங்கேயே நின்றுவிட்டு இவர்கள் போய்விட்டார்கள். நான் கோயிலைப்பூட்டின பின் சாவியை தத்தாதாரி குருக்களிடம் கொடுத்துவிட்டு வந்துவிட்டேன்.

கே:- இரவு கோயிலில் வேறு யார் யார் வந்தார்களா?

ப:- நாராயண செட்டி, ராமச்சந்திர ஐயர், அங்கமுத்து முதலியார், பொன்னுசாமி ஐயங்கார், சேலம் பெட்டிக்கடை முதலியார்.

கே:- என்னேரம் வரை இருந்தார்கள்.

ப:- 10, 12 மணி வரைக்கும் இருந்தார்கள்.

கே:- எப்போது அவர்கள் வந்தார்கள்.

ப:- கோயில் மணி அடித்ததும் அதை கேட்டு ஊர் ஜனங்கள் எல்லாம் வந்துவிட்டனர்.

கே:- கோயிலிலே எப்போதிருந்து வேலை பார்க்கிறாய்?

கே:- 10 வருடமாய் வேலை செய்கிறேன். இதுவரை பஞ்சமர், சக்கிலியர் உள்ளே வருவதில்லை. கருடஸ்தம்பத்திற்கருகிலி ருந்துதான் அவர்கள் சாமி கும்பிட வேண்டும். அதைத்தாண்டி வரமாட்டார்கள்.

கே:- நவக்கிரகத்துக்கு அபிஷேகம் பண்ணுவது யார்?

ப:- அன்றைய தினம் பசுபதி செய்தார். அதற்கு முந்தி குருக்கள் தான் அபிஷேகம் செய்வது வழக்கம். மற்றவர்கள் அபி ஷேகம் செய்யும் வழக்கமோ அங்கு சாப்பிடும் வழக்கமோ

கிடையாது. சாப்பிட்டால் கோயில் தீட்டாய்விடும். இப்படி யெல்லாம் செய்தால் சாமி கும்மிட வருகிறவர்களுக்கு தீங் கேற்படும். வந்தவர்கள் தேங்காய் பழத்தை திரும்பக் கொண்டு போய்விட்டார்கள். வந்த இரு ஆதிதிராவிடர்களையும் நான் தடுக்கவில்லை.

பின்னர் குட்டமேனனை வக்கீல் திரு ஆறுமுகம் பிள்ளை பி.ஏ.பி.எல். அவர்கள் குறுக்கு விசாரணை செய்ய ஆரம்பித்தார்.

கே:- உனக்கு சம்பளமென்ன?

ப:- 5 ரூபாய்.

கே:- மலையாளத்திலிருந்து ஜீவனத்துக்கு இல்லை என்று தானே இங்கு வந்தாய்?

ப:- இல்லை, சாமிகிட்டே புண்ணியம் கிடைக்குமென்று வந்தேன்.

கே:- பக்திக்கு இடம் இங்கு நல்லது என்றா?

ப:- ஆமாம்.

கே:- இங்கு வந்து எவ்வளவு நாளாகிறது?

ப:- இங்கே வந்து பத்து வருடமாகிறது.

கே:- மலையாளத்தில் கோயில் உண்டல்லவா?

ப:- உண்டு.

கே:- மலையாளத்தில் யார் யார் கோயிலில் போகக்கூடாது.

ப:- தீயர், மாப்பிள்ளைகள், வண்ணான் போகக்கூடாது.

கே:- யார் தடுத்தது?

ப:- கள்ளிக்கோட்டை ராஜா.

கே:- இங்கே விளக்குப் போடுவதுதானே உன் வேலை?

ப:- தீபம் போடுவது; மணியக்காரரிடம் அரிசிவாங்கி ஐயருக்குக் கொண்டு போய்க் கொடுப்பது ஆகியவை.

கே:- பொங்கல் எப்போது செய்வது?

ப:- காலையில் 8மணி, இரவு 7 மணி.

கே:- விளக்குபோடுவது எப்பொழுது?

ப:- 5, 5.30 மணிக்கு.

கே:- படுக்கை இரவில் உனக்கு எங்கே?

ப:- வீட்டில் குடும்பத்துடன் இருக்கிறேன்.

கே:- மாலை நேரத்தில் வீட்டுக்குப் போவது வழக்கமா?

ப:- ராத்திரி 11 மணி வரைக்கும் கோயிலில் இருப்பேன்.

கே:- அது வரை வேலை என்ன?

ப:- பெருமாள் கோயிலில் பூசை இரவு 10-30 மணிக்குத்தான் முடியும். பின்னர்தான் போவேன்.

கே:- அது எங்கே இருக்கிறது?

ப:- பக்கத்தில் இருக்கிறது. அதில் சீனிவாச ஐயரும் வாத ஐயரும் இருக்கின்றனர்.

கே:- அன்று பூஜை நடந்ததா?

ப:- பத்து மணிக்கு நடந்தது.

கே:- அங்கே கலகமில்லையே?

ப:- இல்லை.

கே:- எதிரிகளை முன்பே தெரியுமென்றாயே? எப்போதிருந்து தெரியும்.

ப:- 8, 9 வருஷமாய்த் தெரியும்.

கே:- எப்படித் தெரியும்?

ப:- முதல் எதிரியை கணக்கப்பிள்ளை வீட்டிற்குப் போகும்போது தெரியும்.

கே:- பேர் தெரியுமா?

ப:- தெரியும். அவர் இரண்டு வருடத்துக்கு முன்பிருந்து கோயிலுக்கு வருபவர்.

கே:- அப்போதெல்லாம் எதுவரைக்கும் வருவார்?

ப:- சாமி இருக்குமிடத்து, முதலில் இருக்குமிடம் வரையில், ஐயர் இடத்துவரை வருவதுண்டு.

கே:- முதலாவது எதிரி கோயிலுக்கு வருவது இல்லையென முன்பு சொன்னாயே?

ப:- முன்பு சொன்னேனோ இல்லையோ ஞாபகம் இல்லை.

பிராசிகியுட்டிங் இன்ஸ்பெக்டர் இக்கேள்வி கேட்கக்கூடாதென்று அக்ஷேபித்தார். பின் திரு ஆறுமுகம்பிள்ளை அட்வகேட் அவர்கள் தாம் கேட்பது சரி என்று வாதித்தார். பின் தொடர்ந்து விசாரிக்கப்பட்டது.

கே:- பழைய வாக்குமூல ரிக்கார்டைக் காட்டி இது உன் கையெழுத்து தானே?

ப:- ஆமாம்.

கே:- இதெல்லாம் முன்பு எஜமானனிடம் சொல்லியபின் போட்ட கையெழுத்து தானே?

ப:- ஆமாம்.

கே:- எதிரிகள் வரும்போது அவர்களைப் பார்த்துவிட்டு தானே கதவு மூடினார்கள்?

ப:- இவர்கள் வருகிறார்கள் என்று தான் கதவை மூடினார்கள்.

கே:- பூசை செய்ய வேண்டுமென்று கேட்டதாக இப்போது சொன்னாயே. முன் எதிரிகள் சாமி தரிசனத்துக்கு வந்தாகச் சொன்னீரா? இல்லையா?

ப:- முன்பும் தாங்களே பூசை செய்ய வேண்டுமெனக் கேட்டார்கள் என்றே சொன்னேன்.

கே:- கதவைத்திறங்கள் சாமி தரிசனம் செய்ய வேண்டுமென்று கேட்டதாக முன்னர் சொன்னீரே?

ப:- சொல்லி இருக்கிறேன்.

கே:- அதற்கு, முடியாது என்றார்களா?

ப:- முடியாதென்று சொன்னார்கள், பசுபதியை மணியக்காரர் வீட்டிலும் கருப்பனை பேஜ் பார்க்கிலும் பார்த்திருக்கிறேன்.

கே:- நீ ஏன் அங்கே போனாய்?

ப:- புஷ்பம் எடுக்கப்போனேன். அது முனிஸிபாலிடி இடம்.

கே:- குருக்கள் கதவை மூடினதும் எப்போதும் வெளியே போயினர்?

ப:- உடனே போயிவிட்டார்கள்.

கே:- இவர்களிருவரும் போய்விட்டபின் 10 மணிக்குப் பெருமாள் கோயில் பூசைக்குப் போனாயே அங்கு கலகமுண்டா?

ப:- போனேன்; கலகமில்லை; எதிரிகள் 7 மணிக்கு வந்து 10 மணி வரைக்கும் இருந்தனர்.

கே:- இக்கும்பல் பூட்டப்பட்ட கதவுக்குக் கிழக்கில்தானே இருந்தது?

ப:- ஆமாம், எல்லார் கையிலும் புத்தகம் இருந்தது; தேங்காய்ப் பழம் பசுபதி வைத்திருந்தான்.

கே:- பெருமாள் கோயிலுக்குப் போனபின் வீட்டுக்குப் போகததற்குக் காரணம் என்ன?

ப:- சிவன் கோயிலில் கும்பல் நின்றது தான் காரணம்.

கே:- அங்கே ஏன் போனாய்?

ப:- போக வேண்டுவது என் வேலை.

கே:- திரும்பி வரும்போது கும்பல் இருந்ததா?

ப:- ஆமாம், அப்போது மணி 10-30 இருக்கும். கும்பல் கலைந்ததும் வீட்டுக்குப் போவதென்று இருந்தேன். இரவு சாப்பிடவில்லை. தூக்கமும் இல்லை. நானும் கும்பலுடன்தான் இருந்தேன்.

கே:- உன்னைச் சுற்றி எவ்வளவு பேர்கள் இருந்தனர்?

ப:- என்னைச் சுற்றி 50, 60 பேர் நின்றிருந்தனர்.

கே:- பின்பு என்ன நடந்தது?

ப:- 12, 1 மணிக்கு சிலர் போனார்கள். போனவர்களின் அடை யாளம் தெரியும். ஆனால் பேர் தெரியாது.

கே:- அப்புறம் நீ வரவில்லையா?

ப:- இல்லை; எல்லோரும் 4 மணிவரையில் அங்கே இருந்தனர். அதன் பின்புதான் கூட்டம் கலைந்தது.

கே:- பின்பு தூங்கினாயா?

ப:- அவர்கள் போன பின்பு வீட்டுக்கும் போகவில்லை. அங்கேயே உட்கார்ந்து இருந்தேன்; ஐயர் வரட்டும் என்று உட்கார்ந்து இருந்தேன்; பொழுதும் விடிந்தது.

கே:- ஏன் ஐயருக்காகக் காத்துக் கொண்டிருந்தாய்?

ப:- ஐயர் வருவாரென்றும், சாவி கொடுத்துவிட்டுப் போகலாம் என்றும் காத்துக் கொண்டிருந்தேன். ஐயர் வரவில்லை. மணி

7-30 ஆயிற்று. அவர் இருக்குமிடம் முழத்தில் தானுள்ளது எனினும் பூட்டி விட்டுச் சாவிகொடுக்க என் மனதில் எண்ணம் தோன்றவில்லை.

சம்பந்தமற்ற கேள்விகள் என்று மீண்டும் ஆட்சேபிக்கப்பட்டதற்கு அட்வொகேட் திரு. ஆறுமுகம் பிராசிக்கியூட்டிங் இன்ஸ் பெக்டருக்கு தக்த சமாதானம் சொன்னார். மீண்டும் குட்டமீனன் பதில் கூறுகையில் பூட்டுவதற்கு மனதுக்குத் தோன்றவில்லை யென்றும் போலீசார் யாராவது வருவார்களா எனவும் ஐயர் வருவாராவெனவும் எதிர்பார்த்திருந்ததாகவும் ஒருவரும் வர வில்லை யெனவும் பின் ஐயர் வீட்டுக்கு ஆளனுப்பியதாகவும் கூறானான்.

கே:- ராஜூ என்று ஒருவன் இருந்தானா?

ப:- தெரியாது.

கே:- தர்மகர்த்தாவுக்கு ஆள் அனுப்பினார்களா?

ப:- இல்லை.

கே:- இரண்டு குருக்களும் போனபோது என்ன சொன்னார்கள்?

ப:- ஒன்றுமில்லை. தெருக்கதவைப் பூட்டு என்றும் சொல்ல வில்லை; சாவி என்னிடம்தான் இருந்தது. காலை அங்கேயே 8 மணிவரை இருந்தேன். பையனை விட்டு ஐயரைத் தேடச் சொன்னேன். இரண்டு ஐயரும் ஊரில் இல்லை என்றான். பின் கதவைப் பூட்டினேன்.

கே:- அதாவது முன் சொன்ன காவேரிக்குப் போன கூட்டம் அதற்குள் வந்துவிட்டதா?

ப:- இல்லை; நான் பூட்டினேன், அவர்களும் வந்தார்கள்.

கே:- உன்னை ஏதாவது நிர்ப்பந்தம் செய்தார்களா?

ப:- இல்லை.

கே:- முதலில் கும்பலுக்குப் பயந்தாயே, இப்போது ஏன் பயப்பட வில்லை.

ப:- .... இவ்வாறு கோடிட்டுதான் பத்திரிகையில் உள்ளது).

கே:- சாவியை யாரிடம் கொடுத்தாய்?

ப:- தத்தாத்திரி குருக்கள் வீட்டில் அம்மாளிடம் கொடுத்தேன்.

கே:- பின் எப்போது குருக்களைப் பார்த்தாய்?

ப:- வெள்ளிக்கிழமை தர்மகர்த்தா வீட்டுக்குப் போகும்போது பார்த்தேன். என் வீடு கோயிலிலிருந்து கால் பர்லாங்கு தூரத்தில் இருக்கிறது.

கே:- நீ சொன்னபடி வழக்கமாகக் கோயிலுக்கு வரும் 5 பேரும் கோயிலுக்குவரப் பார்த்தாயா?

ப:- ஐந்து பேரையும் பார்த்தேன். மறுதினம் எட்டுமணிக்கும் பார்த்தேன். அவர்களிடம் இவர்களைப்பற்றி நான் சொல்லவில்லை. அந்த ஐந்து பேரும் தேவஸ்தானக் கமிட்டியில் எல்லாரும் போகலாமென்று தீர்மானமாகிவிட்டது என பேசிக்கொண்டிருந்து விட்டு பின்னர் போய்விட்டார்கள்.

கே:- வெள்ளிக்கிழமை பெருமாள் கோயில் சாற்றி இருந்ததல்லவா?

ப:- இல்லை; ஏழுமணிக்குப் பூஜை நடந்தது.

கே:- கும்பல் பெருமாள் கோவிலுக்கு போகவில்லையா?

ப:- இல்லை.

கே:- ஹெட்கான்ஸ்டேபிள் பாலகிருஷ்ண நாயுடுவைத் தெரியுமா?

ப:- தெரியாது.

கே:- வியாழக்கிழமை ராத்திரி முதல் காலைவரையில் யாரும் போலீசார் வரவில்லையா?

ப:- இரு மலையாளி கான்ஸ்டேபிள்கள் வந்தார்கள்.

கே:- அவர்கள் வரும்போது நேரமென்ன?

ப:- 8லிருந்து 9மணிக்குள் வந்தார்கள். 10 நிமிஷம் இருந்தார்கள்; அவர்கள் கும்பலைக் கலைக்கவில்லை; அவர்களுடன் பேசவு மில்லை.

கே:- 345ம் நெம்பருள்ள ஓர் ஆதிதிராவிட கான்ஸ்டேபிள் அங்கிருந்தாரா?

ப:- இல்லை; தெரியாது.

கே:- அந்தபோலீஸாரிடம் ஏதாவது சொன்னீரா?

ப:- இல்லை.

கே:- ஏன் சொல்லவில்லை.

ப:- அவசியமில்லை; தர்மகர்த்தா கேட்கட்டும் என்றிருந்தேன்.

கே:- தர்மகர்த்தாவிடம் ஆலனுப்பீனிரா?

ப:- இல்லை; பிறகு போலீசார் வரவில்லை.

கே:- இவ்வளவு நாளாய் இருக்கிறீரே; கோயிலில் இருக்கும் பைப் வேலை செய்பவர் யார் என்று தெரியுமா?

ப:- அவர் யாரெனத் தெரியாது? ஊர் ஜனங்கள் தண்ணீருக்கு வருகின்றனர் என்பது தெரியும்.

கே:- கோயிலில் மத்தியானம் இருப்பதுண்டா?

ப: இருப்பதில்லை.

கே:- தர்மகர்த்தாவை எப்போது பார்த்தாய்?

ப:- சனிக்கிழமை.

கே:- முன் விசாரணையில் வெள்ளிக்கிழமை தர்மகர்த்தாவிடம் சொன்னதாகச் சொல்லி இருக்கிறாயா?

ப:- சொல்லி இருக்கிறேன்; ஆனால் அது ஞாபகப்பிசகால் சொன்னது.

கே:- உமக்குத் தேதியும் கிழமையும் நன்றாய்த் தெரியுமல்லவா?

ப:- ஆமாம்.

கே:- எதிரிகளை முதலில் கண்டது நவக்கிரகத்திடம் தான் என்று நீ சொன்னதுண்டா?

ப:- ஆம்; சொல்லி இருக்கிறேன்.

கே:- தர்மகர்த்தாவிடம் சொன்ன போது குருக்கள் இருவரும் இருந்தார்களா?

ப:- ஆம்.

கே:- எப்படிச் சந்தித்தீர்கள்?

ப:- நான் போகும்போது அவர்களிருந்தார்கள்.

கே:- நீ புறப்பட்டது கோயில் வாசற்படியிலிருந்துதானே?

ப:- ஆமாம்.

கே:- நீ அங்கே போனதும் என்ன நடந்தது?

தடாகம்/73

ப:- என்னை தர்மகர்த்தா எதுவும் கேட்கவில்லை.

கே:- குருக்களிடம் ஏதாவது பேசினாயா?

ப:- கடை வீதியிலேயே தெரிவித்துவிட்டேன்.

மா. கே:- என்றைக்கு குருக்களிடம் சொன்னாய்?

ப:- தர்மகரத்தாவிடம் போன அன்று சொன்னேன்.

கே:- நீ கடை வீதியிலிருந்து சேதி சொன்னாயே எவ்வளவு நேரம் இருக்கும்?

ப:- ஐந்து நிமிஷம்.

கே:- தர்மகர்த்தாவிடம் சொன்னாயா?

ப:- குருக்களிடம் சொன்னதை அவரிடமும் சொன்னேன்.

கே:- அவர் என்ன சொன்னார்?

ப:- போலீஸில் சொல்வதாகச் சொன்னார்.

கே:- பின்னர் எப்போது பார்த்தாய்?

ப:- இல்லை, தினம் பார்ப்பது தான்.

கே:- போலீஸார் இக்கேள்வி சம்பந்தமாய் விசாரித்தார்களா?

ப:- ஞாபகமில்லை.

கே:- எங்கே விசாரித்தார்கள்?

ப:- போலீஸ் ஸ்டேஷனில்.

கே:- வேறு யாராவது இருந்தார்களா?

ப:- ஒருவருமில்லை.

கே:- கோட்டை முதலியார் என்பது யார்?

ப:- கோட்டியிலிருப்பவர்கள்.

கே:- கமிட்டியில் தீர்மானமான செய்தியை அன்று இரவு கோட்டை முதலியாரும் எதிரிகளும் பேசிக் கொண்டிருந்தார்களே? அது உன் காதிற்படவில்லையா? அது தெரியாதா?

ப:- தெரியும்.

கே:- அந்த இரவு போலீஸ் கான்ஸ்டேபிளிடம் எதிரிகள் ஏதாவது சொன்னார்களா?

ப:- எனக்குத் தெரியாது.

கே:- நீர் அங்கே இருக்கும் போது படித்த பாட்டு என்ன பாட்டு?

ப:- புத்தகம் பார்த்து படித்தனர். என்ன புத்தகம் என்று தெரியாது. வரும்போது அரிக்கன் விளக்கும் பித்தளை விளக்கும் இருந்தது.

கே:- நீ இருக்கும்வரை விளக்கு அணையவில்லையே?

ப:- இல்லை.

கே:- எப்போதும் கம்பியும் பூட்டும் நவக்கிரகத்துக்குண்டா?

ப:- உண்டு. ஒரு வருடத்திற்கு முன் பூட்டு உடைந்தது. அன்று வரையில் பூட்டு போடவில்லை.

கே:- நவக்கிரகத்திடம் சாமி கும்பிடும் போது கற்பூரத்தைக் கொளுத்தி வைத்துவிட்டுத்தானே சுற்றுவது வழக்கம்.

ப:- ஆமாம்.

கே:- நவக்கிரகத்திற்கு குருக்கள் வழக்கம்போல் அபிஷேகம் செய்தாரா?

ப:- அன்று நடக்கவில்லை.

கே:- குடத்தில் தண்ணீர் இருந்ததா?

ப:- இல்லை.

கே:- 10.30 மணிக்குச் சாப்பாடு வந்ததே எடுத்து வந்தவர் பேர் தெரியுமா?

ப:- தெரியாது.

கே:- அவர் பொது மனிதர்தானே?

ப:- ஆமாம்.

கே:- அது என்ன சாப்பாடு?

ப:- மரக்கரி சாப்பாடு.

கே:- பின் என்ன நடந்தது?

ப:- சாப்பிட்ட எச்சில் இலை நவக்கிரகத்ினருலேயே கிடந்தது.

கே:- போலீஸார் வந்தபோது இருந்ததா?

ப:- இல்லை.

கே:- அவைகளை எப்போது எடுத்தார்கள்?

ப:- ஒன்றரை மாதம் கழித்துதான் எடுக்கப்பட்டது. நானும் அப்போது இருந்தேன். அந்த இலைகள் காய்ந்து சுருண்டு அங்கேயே கிடந்தது. இதை சேலத்துப் பெட்டிக் கடை வைத்திருக்கும் ஆளு பார்த்தார்.

கே:- பீடி குடித்தது யார்?

ப:- தெரியாது.

கே:- அதைப் பார்த்ததும் இவர்கள் இருக்கும்போது தானே?

ப:- ஆமாம்.

கே:- எச்சில் இலை கிடந்ததால் கோயில் அசுத்தப்பட்டு விட்டதா?

ப:- இல்லை பசுபதியும் கருப்பனும் வந்ததால்தான் அசுத்தமானது.

கே:- முர்த்தான்ஸ் என்ற ஜாதி தெரியுமா?

ப:- தெரியும்; அது கள்ளிக்கோட்டையில் உள்ளது. அந்த ஜாதி வருவதும் வராததும் தெரியாது, தீண்டாதார் வந்தாலே கோயில் அசுத்தமாய் விடும்.

கே:- வராதவர்கள் வந்ததால் தானே கோயில் அசுத்தமாய்விட்ட தென்று தர்ம கர்த்தாவிடம் சொன்னார்கள்?

ப:- ஆமாம்.

கே:- அதைத்தானே நீயும் சொன்னாய்?

ப:- இல்லை. இவ்வூரிலுள்ள பார்ப்பனரல்லாதாரே சொல்லி இருக் கிறார்கள்.

கே:- அவர்கள் பேர் தெரியுமா?

ப:- தெரியாது. கேஸ் சம்பந்தமாய் கோயில் மணியக்காரரிடம் வாயால் சொன்னேன். அவர் தர்மகர்த்தாவிடம் சொல்வதாய்ச் சொன்னார்.

கே:- தேங்காய்ப் பழம் கொண்டுவந்தவர்கள் கதவு பூட்டி இருந்த தால்தானே திரும்பிப் போனார்கள்?

ப:- ஆமாம்.

கே:- அவர்களை அடையாளம் தெரியுமா?

ப:- தெரியும்.

கே:- போலீஸாரிடம் கோயிலை அசுத்தமாக்கிய செய்தியைச் சொன்னாயா?

ப:- சொன்னேன்.

கே:- வந்த மனிதர்கள் செய்தியைச் சொன்னாயா?

ப:- ஸ்திரீயாகையால் சொல்லவில்லை.

கே:- நீ போலீசாரிடம் சொன்னதை எழுதிக்கொண்டனரா?

ப:- எழுதிக்கொண்டார்.

கே:- போலீசாரிடம் தண்ணீர் ஊற்றி அபிடேகம் செய்தது, சாப்பிட்டது, பீடி குடித்தது, கோயிலை அசுத்தமாக்கியது ஆகியவை யெல்லாம் சொன்னாயா?

ப:- சொன்னேன்.

கே:- பின் போலீசார் எப்போது விசாரித்தார்கள்.

ப:- இல்லை.

கே:- சாவியை குருக்கள் மனைவியிடம் கொடுத்து வந்தாயே பின் அந்த கோயில் கும்பாபிஷேகத்தன்று தானே திறக்கப்பட்டது?

ப:- ஆமாம்.

கே:- கோயில் பார்ப்பனர்கள் சாப்பிடுவதுண்டா?

ப:- இல்லை; வீட்டில்தான் சாப்பிடுவார்கள்.

கே:- தீண்டாதார் கோயிலுக்குள் வருவதால் தீட்டாய்விடும் என்பதற்கு ஆதாரம் ஏதாவது படித்திருக்கிறாயா?

ப:- இல்லை.

கே:- இவ்வூரில் சுயமரியாதை இயக்கம் இருப்பதும், அதன் தலைவர் திரு இராமசாமி நாயக்கர் என்பதும் தெரியுமா?

ப:- தெரியாது.

கே:- தேவஸ்தானக் கமிட்டியினர் யாராவது உனக்குத் தெரியுமா?

ப:- தெரியாது.

கே:- ஈரோட்டில் பிராமணர்களுக்கு விரோதமான கக்ஷி இருப்பது தெரியுமா?

தடாகம்/77

ப:- தெரியாது.

கே:- கோயிலில் தீண்டாதார் போவதில் ஊர் ஜனங்கள் என்ன அபிப் பிராயப்படுகிறார்கள் என்பதும் உனக்குத் தெரியாதே?

ப:- தெரியாது.

கே:- போலீஸில் சொன்னபோது பீடி எச்சில் இலை இருக்கிறது என்று சொன்னாயே, போலீஸார் அதைப் பார்க்கலாமா என்று கேட்டார்களா?

ப:- கேட்டார்கள்.

கே:- கமிட்டி தீர்மானம் செய்யப்பட்டது பின் வாசாரித்ததில் நிச்சய மென தெரிந்ததா?

ப:- பின் விசாரித்ததில் இ...எனத் தெரிந்தது.

கே:- இது நிச்சயமா?

ப:- அதெல்லாம் தெரியாது.

கே:- 2, 3 எதிரிகள் கோயிலுக்குள் வரக்கூடாது என்று ஏதாவது... திரவுண்டா?

ப:- இல்லை.

கே:- தீண்டாதார் தவிர ஏனை... துக்களிற் சிலர் கோயிலின்.... செருப்பை கழற்றி வைத்து...துண்டல்லவா?

ப:- ஆம்.

கே:- முன் விசாரிக்கும்போது எச்சில் இலை போட்டு பீடித் துண்டு போட்டதால் அசுத்தம் ஏற்பட்டுவிட்டதென்று சொன்னதுண்டா?

ப:- உண்டு.

கே:- முன் சாவியை ...சாட்சியிடம் கொடுத்துவிட்டு வீட்டுக்குப் போனேன் என்று சொன்னதுண்டா?

ப:- ... ...(இவ்வாறுதான் உள்ளது)

கே:- எதிரிகள் மு...சாப்பிட்டது பூஜைசெய்ய பிரசாதம்தானே?

ப:- ஆமாம்.

கே:- தீண்டாதார்... இந்த பகுதியல் யார் யார் என்று உனக்குத் தெரியுமா?

ப:- தெரியாது.

கே:- வண்ணானும் தீண்டாதவனா?

ப:- ஆமாம்.

வழக்கு மேலும்... வருகிறது.

இந்த வழக்கு விசாரணை பின்னர் பத்திரிகையில் வெளியிடப் பட்டதாகத் தெரியவில்லை. இவ்வழக்கில் கருப்பன், பசுபதி ஆகிய இருவரும் சிறையில் அடைக்கப்பட்டனர். திருச்செந்தூர் தாலுகா எழுவரைமுக்கி கிராமத்தில் 1929 ஏப்ரல் 27 அன்று நடைபெற்ற அகில திருநெல்வேலி சாம்பவரின் இரண்டாம் மகாநாட்டில், "ஈரோடு தேவாலயத்திற்குள் கடவுளை தெரிசிக்கச் சென்ற ஆதி திராவிட வீரரான திருவாளர்கள் கருப்பன், பசுபதி இவர்களைச் சிறைப் படுத்தினதைபலமாய்க் கண்டித்தும்" தீர்மானம் நிறைவேற்றப்பட்டது.

திராவிடன், (30 ஆகஸ்ட் 1929, ப. 3 & 31 ஆகஸ்ட் 1929, பக். 5-6).

சீலையம்பட்டியில் மதம் மாற்றம்
69 இந்துக்கள்-முஸ்லிம்களானார்

இவ்வூரில் இந்துக்களாகிய, பிள்ளைகளின் அட்டூழிய அகங் காரத்தில் அமிழ்ந்து நிறை "குடும்பர்கள்" 6-10-29 தேதி ஆண் பெண் பாலரடங்க 69 நபர்கள் முஸ்லிம் மதம் புகுந்தனர். அன்று உத்தமபாளையம் சின்னமனூர் சீப் பாலக்கோட்டை முதலிய நகரங் களிலிருந்து ஏராளமாக 300 நபர்கள் வரை முஸ்லிம்கள் விஜயம் செய்திருந்தனர். இவ்வரிய பெரிய கூட்டத்தினிடையே முஸ்லிம் சகோதரர்கள் அரிய சொற்பெருக்கு நிகழ்த்தி அன்று முஸ்லிம் மதம் புகுந்த குடும்பர்களுக்கு சம்பந்தி போஜனம் செய்வித்தது மெச்சத் தக்கதாகும். இன்னும் கூடிய சீக்கிரத்தில் மிகுதியுள்ள இந்து மதக் "குடும்பர்களும்" முஸ்லிம் மதத்தில் சேருவதாக வாக்களித்திருக் கின்றனர். நமது இந்தியாவில் உயர்வு தாழ்வு கற்பிக்கும் ஒரு சில அறிவிலிகளால் இந்து மதம் சீர்கேடடையுமென்பதில் எட்டுணையும் ஐயமின்று. இது விஷயமாக இந்துமத சீர்திருத்தக்காரர்கள் கவனிப் பார்களாக. சீர்திருத்தக்காரர்களாக வாளாவிருப்பின் இந்து மதத்திலுள்ள தாழ்த்தப்பட்ட மக்களனைவரும் முஸ்லிமாகத் தோன்றுவார்கள். அக்காலம் நமது இந்து மதம் எத்துணை கேவல நிலைக்கு வரு

மென்று நண்பர்கள் ஊன்றி நோக்குவார்களாக என்று ஒரு நிருபர் எழுதுகின்றார்.

குடி அரசு, 13 அக்டோபர் 1929, மாலை. 5, மலர். 23, ப. 14.

திருவண்ணாமலையில்

சுமார் 200 ஆதிதிராவிட குடும்பங்கள்

மகமதியராகத் தயார்

இந்நகர ஜனசங்கை கணக்கின்படி மூன்றிலொருபங்கு ஆதி திராவிட மக்கள் வசிக்கின்றனர். அவர்கள் நான்கு திக்கிலும் பெரிய சேரி, கீழ்ணூத்தூர் சேரி, கல்சேரி, சமூத்திரம் சேரியென நான்கு பெயருள்ள தெருக்களில் தெரு ஒன்றுக்கு 400, 500 குடும்பங்களில் வசிக்கின்றனர். கூர்ந்து யோசிக்குங்கால், இந்நகருக்கே ஓர் அரண் போன்றும் விளங்குகின்றனர். என்றாலும் உயர்வகுப்பாரெனச் சொல்லிக் கொள்பவர்கள் இவர்களை மிகவும் கேவலமானவர்களாகக் கருதி, எவ்வித சுதந்தரமும் வழங்க மறுக்கின்றனர். இந்நகரம் முத்தித்தலங் ஏழினுள் முதன்மைபெற்றதும் நினைத்த அளவில் முத்தி யளிக்கக் கூடியதும் எறும்பு முதல் எவ்வித ஜீவராசிகளும் இந்நகரில் ஜனிப்பதே சிறந்த தெனலாம். அவ்வண்ணமே பூனை, குதிரை, பன்றி முதலிய வடிவங்களாய் சாபம் பெற்றவர்களெல்லாம் இத்தலத்தை மிதித்தும், தெரிசித்தும் நினைத்தும் முத்தியடைந்துள்ளாரென வேதங்கள் கோஷிக்கும். இவ்வித மகிமை பொருந்திய க்ஷேத்திரத்தில் அரிய மானிட ஜென்மமாக ஜெனித்த இந்துக்களிலேயே ஒரு வகுப் பாரை கேவலமாக நினைப்பதும் நடத்துவதும் யாது காரணமோ யாமறியோம். ஸ்தலபெருமை மூர்த்திப்பெருமை முதலிய பெருமை களும் மற்றவர்களுக் கிருப்பது போல ஆதிதிராவிட மக்களுக்கும் உண்டு என்பதை மறந்ததேனோ? இவர்கள் அநாகரீகர்களாயிருக் கிறார்கள் என்று சொல்லிக் கொள்ளும் போலி வார்த்தையை நிவர்த்தித்து நாகரீகத்தைக் கொள்ள தங்களுக்குள்ளேயே ஒரு சங்கம் ஸ்தாபித்து அனேக ஒழுங்கான முறைகளை போதித்து நாகரீக முள்ளவர்களாக சிலர் இருப்பதை ஜாதிப்பொறாமை கொண்ட சில உயர்வகுப்பாரென்போர்கள் அவ்வித முன்னேற்றத்திற்குத் தடங்கலாய் சில சூட்சிகளைச் செய்து குல அபிமானமுள்ள தலைவர்களுக்கும் பல இன்னல்களை விளைவிக்க முன் வருகின்றனர். நமது மாபெருந் தலைவர்கள் சொல்கிறபடி தற்கால ராம ராஜ்யத்தில் கோள் சொல்லும் இவ்வித அறிவீனர்களுக்கு செல்வாக்கு உண்டாவதும் சகஜம். இவ்வண்ணம் ஆதிதிராவிட மக்கள் எவ்விதத்திலும் முன்னேறவிடாமல் தங்கள் பாதத்திலேயே மிதித்து அடிமைகளாக

வைத்திருக்க நினைக்கின்றனர். இவ்வித நயவஞ்சகர்களாலும் அதர்ம வேத வாக்கியங்களினாலும் தங்களுக் விமோசதன் கிடைக்கா தென குடும்பங்கள் தங்களுடைய சுயமரியாதையைக் காப்பாற்றிக் கொள்ளத் தகுந்த மதம் மகம்மதிய மதம் ஒன்றுதான் யென நிச்சயித்தும் அதன் பயனாய் திரு. ஜனக சங்கர கண்ணப்பர் முதலிய பெருந்தகையர் களின் பிரசாரத்தை அனுசரித்தும் சீலையம்பட்டி ஆதிதிராவிட மக்கள் மகம்மதிய மதத்தை தழுவினதை ஆதரித்தும் இவ்வூரிலும் சுமார் 200 குடும்பங்கள் மகம்மதிய மதத்தில் சேரத்தயாராக யிருக்கின்றனர் ஆகையால் இந்நகர முஸ்லீம்கள் ஆதிதிராவிட மக்களுக்கு வேண்டிய தைரியமும் உற்சாகமும் உண்டாகுமாறு போதித்து இவ்வேழைகளை மகம்மதுநபியின் சீடர்களாகச் செய்வதுடன் இவர்களை கேவலமாக நடத்தியவர்கள் வெட்கிதலைகுணியும் வண்ணம் செய்யவேணுமாயும் முஸ்லீம் தலைவர்கள் முன்வரவேண்டுமாய் கோரப்படுகிறார்கள். தங்களுடன் ஒத்துழைக்க க் கல்வயறிவையுடைய ஆதிதிராவிடர்களில் சிலர் முன்வருவார்கள் என்பதில் ஐயமில்லை என்று ஆதிதிராவிட ஐக்ய வாலிப சங்கத்தின் காரியதரிசி எழுதுகிறார்.

குடி அரசு, 27 அக்டோபர், 1929, மாலை. 5, மலர். 25, ப. 6.

மதம் மாறிவிட்டனர்

திருநெல்வேலி கங்கைகொண்டானுக்குப் பக்கத்திலுள்ள கைலாச புரத்தில் இந்து மதத்தையும் கிருஸ்துவ மதத்தையும் சேர்ந்த 250 ஆதிதிராவிடர்கள் முஸ்லிம் மதத்தில் சேர ஒப்புக்கொண்டு எழுதி கொடுத்திருந்தபடி சென்ற 18-ந்தேதி முகமதிய மதத்தில் சேர்ந்து

குடி அரசு

இந்துமதத்தில் ஆதிதிராவிடர் துயரம்.

விட்டார்கள். இந்து மதத்திலும் கிருஸ்துவ மதத்திலும் பாரட்டப்படும் கொடிய ஜாதி வித்தியாசமே இத்தீர்மானத்திற்குக் காரணமென்று தெரிகிறது.

நகரதூதன், 21 ஜுலை 1935, ப. 15.

ஆதிதிராவிடர் பெருங்கூட்டம்

திரு. ஏ. எஸ். ஜோனின் சொற்பொழிவு

17-8-28 சனிக்கிழமை மாலை 6 மணிக்கு திருச்சி செங்குளம் அர்ச் அந்தோணியார் கோயில் முன்னிலையில் கத்தோலிக் கிறிஸ்துவ வாலிபர் சங்கத்தின் ஆதரவில் ஆதிதிராவிட மக்களின் கூட்டம் ஒன்று திரு. சிவபிச்சை அவர்களின் தலைமையில் கூடிற்று அது சமயம் கொழும்பிலிருந்து வந்திருக்கும் ஆதிதிராவிடத்தலைவர் உயர்திருவாளர் சாம்ஜோன் அவர்கள் ஆதிதிராவிடர் முன்னேற்றம் என்னும் பொருள் பற்றி இரண்டரை மணிநேரம் மிகவும் உற்சாகத்தோடு பேசினதன் சாரம் பின்வருமாறு:

நாம் நம்மைவிட உயர்ந்தவருமில்லை தாழ்ந்தவருமில்லை என்னும் உண்மைக் கொள்கையை கடைபிடிக்க வேண்டும் இதுவே சமத்துவமாகும். ஆனால், இந்து மதம் என்று சொல்லிக் கொள்ளப் படுகிற ஒரு மதத்திலிருந்து கொண்டு ஆதிதிராவிடர்கள் சமத்துவம் கேட்பது நியாயமாகாது. ஏனெனில், சமயத்தின் அடிப்படையான கொள்கை தீண்டாமையும் மக்களை அடிமைப்படுத்தி வைத்திருத்தலு மாம் என்று சாதி வித்தியாசமும் தீண்டாமையும் ஒழியுமோ அன்றே இந்துமதமும் தொலையும். நேர் முகமாக சொல்லுமிடத்து சாதி வித்தியாசமும் தீண்டாமையும் ஒழிய வேண்டுமானால் முதலாவதாக இந்து மதம் என்பது தொலைய வேண்டும். ஆகையால் நாமும் வடநாட்டிலுள்ள நமது சகோதரர்களைப் பின்பற்றி ஒரு பெரும் கிளர்ச்சி செய்யவேண்டும்.

உயிர்ஜாதி இந்துக்கள் என்று சொல்லப்பட்டு இந்துமதம் என்பதன் சகல உரிமைகளுக்கும் பாத்தியப்பட்டவர்களே அம்மதத்தின் தொல்லை களை அறிந்து, அது தொலைய வேண்டுமென்று பாடுபட்டு வரும் போது சட்ட மூலமாய் இந்துக்கள் அல்லவென்று நிராகரிக்கப் பட்டிருந்தும், அம்மதத்தின் நன்மைகளுக்கு இகத்திலும் பரத்திலும் எவ்வளவு உரிமையற்றவர்கள் என்று தள்ளப்பட்டிருந்தும், அம்மதத் தாலேயே அநேக ஆயிரம் வருஷங்களாக சகலவித கஷ்டங்களுக்கும், அடிமைத் தனத்துக்கும் உட்படுத்தப்பட்டிருந்தும், இன்றும் அம் மதமே நாம் முன்னேறுவதற்குத் தடையாயிருந்தும், இன்னும் சில

ஆதிதிராவிட தலைவர்களும் அவர்களைப் பின்பற்றும் சில ஆதி திராவிடர்களும் தங்களை இந்துக்கள் என்று கௌரவத்தோடு சொல்லிக் கொண்டும், அம்மதத்தை விட்டு நீங்காததுமன்றி, அதை நிலைநாட்டப் பார்ப்பார்களானால் அவர்களைநாம் என்னவென்று சொல்லுவது?

தாழ்த்தப்பட்ட மக்களாகிய நாம் நம்மிலும் மேற்பட்ட ஒரு நில வரத்தில் இருப்பவர்களோடு சமத்துவம் கேட்கும்போது நாமே கிறிஸ்துவர்கள் இந்துக்கள் என்று பாகுபாடு செய்தும், உயர்ந்தவர்கள் தாழ்ந்தவர்கள் என்ற வித்தியாசம் பாராட்டியும் வருவோமேயாகில், அது நமக்கு நாமே தீமை விளைவித்துக் கொள்ளுவதாகுமே யன்றி நாம் மற்றவர்களிடம் கேட்கும் சமத்துவத்துக்கு எவ்விதத்திலும் அருகனாகோம். சிலவேலை ஒரு இந்து என்று சொல்லிக்கொள்பவர் இவ்விதம் செய்வாரேயாகில் அதைநாம் மன்னிக்கக் கூடும். ஆனால்! ஒரு கிரிஸ்தவர் அவ்விதம் நடந்தால் அவர் தன்னை கிரிஸ்தவர் என்று சொல்லிக் கொள்ள எள்ளளவும் உரிமையற்றவர் ஆவர்.

இப்போது நம்மை தீண்டாமை என்பது வெகுவாய்த் தாழ்த்தி வைத்திருக்கிற தென்பது மெய்தான். ஆனால், நமது ராமசாமிப் பெரியாரின் சுயமரியாதை இயக்கத்தின் முயற்சியால் தீண்டாமை என்பதே ஒழிந்துவிட்டது.

நாம் எல்லா கோயில்களிலும் பொதுவழி நடைகளிலும் தடையின்றி விடப்படுகிறோமென்று வைத்துக் கொள்வோம் அப்போது நாம் முன்னேற்றம் அடைந்துவிட்டதாக சொல்ல முடியுமா? முடியாது, ஏனெனில் நாம் முன்னேறவேண்டிய துறைகள் பல இருக்கின்றன. நாம் பொருளாதாரத்தில் மிகவும் குறைந்தவர்களாக இருக்கின்றோம். இந்நிலையினின்று நாம் விடுபட வேண்டுமாயின் நாம் வியாபாரம் விவசாயம் கைத்தொழில் ஆகிய இம்மூன்று துறைகளிலும் வேண்டிய ஊழியம் தேடமுயற்சிக்கவேண்டும். இதற்குப் போதிய ஊதியம் நம்மிடமில்லாவிட்டால் கவர்ன்மெண்டாரிடமிருந்து உதவி கேட்டுப் பெற்றுக்கொள்ள வேண்டும். பங்களாக்களில் வேலை செய்வதனால் பெரும் பொருள் சம்பாதிக்க முடியாதென்றே நினைக்கின்றேன்.

நாம் முக்கியமாய் கல்வி கற்கவேண்டும். பெரிய உயர்தரக் கல்வி யில்லாவிட்டாலும் ஆரம்பக்கல்வி கற்பது அவசியம். நம்மில் பி.ஏ. படித்தவர்களும் சிலர் இருக்கிறார்கள். இவர்களுக்கு தகுந்த உத்தி யோகம் கவர்ன்மெண்டார் கொடுக்காதபடி நம்மில் உத்தியோகம்

வகிக்கத்தக்க படிப்பாளிகள் இல்லையென்று வீண்சாக்கு சொல்லு கிறார்கள்.

நாம் தேகப்பயிற்சி செய்து வரவேண்டும். முன்காலத்தில் நமது பெரியோர்கள் தட்டு, சிலம்பம், கத்திவீச்சு, தடிவிளையாட்டு, குஸ்து முதலிய தேகப்பயிற்சிகள் செய்துவந்தார்கள். அதனால் அவர்கள் உடல் வலிவும், மனவலிவுமுடையவர்களாயிருந்தார்கள். ஆகையால் நாம் கோழைகளாகாமல் நமது தேசத்துக்காகவும், சமூகத்துக்காகவும் முன்னணியில் நின்று வீரியத்துடன் சண்டை செய்ய நம்மை தேகப் பயிற்சியின் மூலம் தயார்செய்து கொள்ளாவிடில் பொதுவாக நமது தேசமும் சிறப்பாக நமது சமூகமும் கொஞ்சகாலத்தில் பெரிதும் நசிந்துபோகும் என்பதற்கையமில்லை. ஆகையால் நாம் வாசக சாலைகள் ஏற்படுத்தும்போது உடலுக்கு வலிமையும் மனதுக்கு உவப்பையும் உற்சாகத்தையும் கொடுக்கக்கூடிய பல விளையாட்டு சாதனங்களும் பந்தய ஆட்டங்களும் ஏற்படுத்திக் கொள்வது மிகவும் நன்மை பயக்குமென்பதற்கையமில்லை.

நமக்கு சர்க்கார் உத்தியோகமும் வேண்டும். அப்பொழுதுதான் கவர்ண்மெண்டில் நமக்கு செல்வாக்குண்டு. மற்ற உத்தியோகத்தை விட போலீஸ் உத்தியோகத்தில்தான் நாம் பெரும் பகுதியாக சேர வேண்டும். அப்போது நமது சமூகத்துக்கு மதிப்புண்டாவதுமன்றி மற்ற சமூகத்தார் நம்மை அநியாயமாய் துன்புறுத்தி தாழ்த்திவைக்க மாட்டார்கள். இவ்வுத்தியோகத்துக்கு வேண்டிய வீரியம் நம்மிடம் இல்லாமல் போகவில்லை.

நம்மை மேல்ஜாதியார் எனப்படுவோரின் துன்பத்தினின்றும் பாது காத்து பல துறைகளிலும் நம்மை முன்னேற்றுவதற்காக லேபர் டிபார்ட்மெண்டை கவர்ன்மெண்டார் ஏற்படுத்தியிருக்கிறார்கள். நமது முன்னேற்றத்துக்கு வேண்டிய சாதனங்களை அதன் மூலமாய் கேட்டுப் பெற்றுக் கொள்ளலாம். நமது அசட்டையினாலேதான் காருண்ய கவர்ன்மெண்டார் நமது பாதுகாப்பை நமது எதிரிகள் கையில் கொடுத்திருக்கிறார்கள். நாம் இன்னும் தூங்கிக் கொண்டிருந்தால் நம்மை அவர்கள் பாதுகாத்து நன்மை செய்வார்களா? அல்லது வேறென்ன செய்வார்களென்பதை நாமே சிறிது உணர்ந்து பார்க்க வேண்டும். நாம் வாய்மூடி ஊமைகளாய் இருப்பதால்தான் சில லேபர் ஆபீசர்கள் ஏதோ பேருக்கு இரண்டொரு காரியங்களை செய்து விட்டு தூங்குகிறார்கள். நமக்காக ஒதுக்கப்பட்டிருக்கும் பணம்

பார்ப்பனர் அல்லது பார்ப்பனர்களுக்குப் பயந்துநடக்கும் உத்தி யோகஸ்தர்களுக்கு சம்பளமாகப் போய்ச் சேருகிறதே ஒழிய நாம் நன்மை அடைந்தபாடில்லை. ஆகையால் நாம் நமது வகுப்பாரையும் நமக்கு நன்மை செய்வார்கள் என்று நம்புகிற சிலரையும் மட்டும் லேபர் டிப்பார்ன்ட்மெண்டின் உத்தியோகங்களுக்கு நியமனம் செய்யவேண்டிய முயற்சி எடுத்துக்கொள்வதுமன்றி, அவ்வுத்தியாகஸ் தர்களால் நமக்கு ஏற்படும் குறைகளை கவர்ன்மெண்டாருக்கு அடிக்கடி தெரிவித்து வரவேண்டும்.

கடைசியாக, நாம் போலி அரசியல் கட்சியினரைப் பின்பற்றி ஏமாந்து போகக்கூடாது. சுயராஜ்யம் வந்துவிட்டால் எல்லாம் சாதித்துவிடுவதாக சொல்லுவராகள். அப்போது நம்மை இன்னும் அடிமைப்படுத்தப் பார்ப்பார்களே ஒழிய ஒன்றும் நன்மை செய்து விடமாட்டார்கள். அநேகமாய் 1931வது வருஷத்திற்குள்ளாக உள் நாட்டு அதிகாரமெல்லாம் இந்தியர்கள் கையில் வந்துவிடும். அதற் குள்ளாக நாம் நம்மை ஒற்றுமைப்படுத்தி நம்மைப் பாதுகாத்துக் கொள்ளவேண்டிய வழிவகைகளைத் தேடிக் கொள்ளாவிடில் இப் போதையவிட பதின்மடங்கு துன்பத்தை அடைவோ மென்பதற்கு சந்தேகமே வேண்டியதில்லை.

திராவிடன், 31 ஆகஸ்ட் 1929, ப. 4.

ஒடுக்கப்பட்டோர் உரிமைகள் – இரட்டைமலை ஸ்ரீநிவாஸன்

ஒடுக்கப்பட்டோர் மதம் மாறின பிறகும் ஒடுக்கப்பட்டவர்களாக மதிக்கப்படலாமா என்பது பற்றி கொச்சி சட்டசபையில் சில மாதங்களுக்கு முன் ஒரு விவாதம் உண்டாயிற்று. ஒடுக்கப்பட்டவர்கள் மதம் மாறினாலும் ஒடுக்கப்பட்டவர்களே என்றும் ஒடுக்கப்பட்டவர் களுக்கு சர்க்கார் அளிக்கும் சௌஜன்யங்கள் எல்லாம் மதமாற்றம் பெற்ற ஒடுக்கப்பட்டவர்களும் பெறவேண்டுமென்று ஒரு கட்சியார் வாதித்தனர். மதம் மாறிய பிறகு ஒடுக்கப்ட்டவர்களுக்கு ஏனைய ஒடுக்கப்பட்டவர்களின் உரிமைகளில் பாத்தியதையில்லை யென்று வேறொரு சாரார் வாதித்தனர். சென்னை சட்டசபை மெம்பர் ஆர். ஸ்ரீநிவாஸன் இது விஷயமாக “ஜஸ்டிஸ்” பத்திரிகையில் எழுதி யிருக்கும் ஒரு கடிதத்தில் ஒடுக்கப்பட்டவர்கள் மதமாற்றமடைந்த பிறகு ஒடுக்கப்பட்டவர்களாக மதிக்கக்கூடாதென்றும் ஏனை ஒடுக்கப்பட்டவர்களுக்குள்ள உரிமைகளில் அவர்களுக்கு பாத்தியதை

கிடையாதென்றும் அபிப்ராயப்படுகிறார். நாமும் அவரது அபிப் ராயத்தை ஆதரிக்கிறோம். தீண்டாமைத் தொல்லை ஹிந்து மதத்துக்கு மட்டுமே உரியது. கிறிஸ்துமதம், இசுலாம் மதம் முதலியவைகளில் தீண்டாமை கிடையாது. ஆகவே, கிறிஸ்து மதத்திலோ இஸ்லாம் மதத்திலோ சேர்ந்தவர்களை தீண்டாதவர்களாகவோ ஒடுக்கப்பட்டவர் களாகவோ மதிப்பது ஒழுங்காகாது. இந்திய மண்ணுக்கெல்லாம் பொதுவான தீண்டாமையும் ஜாதி வேற்றுமையும் கிறிஸ்து மத்த்திலும் இஸ்லாம் மதத்திலும் புகுந்திருப்பதை நாம் அறிவோம்... (இவ்விடத்தில் சில வார்த்தைகள் இல்லை) தற்கால பௌத்தர்களும் ஜெயினர்களும் முஸ்லீம்களும் கிறிஸ்துவர்களும் ஒரு காலத்து ஹிந்துக்களாகயிருந்தவர்களே. எனினும் மதம் மாறிய பிறகு ஹிந்து களுக்குள்ள உரிமைகள் தனக்குண்டென்று அவர்கள் கூறவில்லை. கத்தோலிக்க கிறிஸ்துவன் புராடஸ்டண்ட் மதத்தில் சேரும்போது கத்தோலிக்கருக்குள்ள உரிமைகளை இழந்துவருகிறார்கள். பொரு ளாதார, சமூக சௌகாரியங்களை உத்தேசித்தே ஒடுக்கப்பட்டவர்கள் கிறிஸ்து மதத்திலோ இஸ்லாம் மதத்திலோ சேர்கிறார்கள். ஆகவே மதமாற்றமடைந்த பிறகும் ஹிந்து ஒடுக்கப்பட்டவர்களுக்குள்ள உரிமைகளில் அவர்களும் பங்கு கேட்பது நியாயமாகாது. ஒடுக்கப் பட்டவர்கள் கல்விக்காக சர்க்கார் நீக்கி வைக்கும் பணமோ மிகச் சொற்பம். அதில் ஹிந்து மதத்திலே இருந்து கொண்டு சகல இடுக்கண்களையும் பொறுத்துக் கொண்டிருக்கும் ஒடுக்கப்பட்டவர் களுக்கே பூரண உரிமை உண்டு. கிறிஸ்து மதத்திலிருந்து கல்வி விஷயத்தில் பாதிரிமார் உதவி பெறும் ஒடுக்கப்பட்ட கிறிஸ்தவர்கள் ஹிந்து ஒடுக்கப்பட்டவர்களுக்குள்ள சௌகாரியங்களில் பங்கு கொள்ள விரும்புவது அக்கிரமாகும். ஆகவே ஆர். ஸ்ரீநிவாஸன் கூறும் அபிப்பிராயம் சரியானதாகும்.

திராவிடன், தலையங்கம், 20 ஆகஸ்ட் 1931, மலர். 16, இதழ். 91, ப. 4.

அயல் மதஞ் சென்ற ஆதிதிராவிடர் நிலை – பி.எம்.தாஸ்.

கனம் 'திராவிடன்' பத்திராதிபருக்கு

சென்னை, செப். 14

ஐயா! 1931 வருஷம் ஆகஸ்ட் மாதம் 20-ந்தேதியில் வெளிவந்த "திராவிடன்" பத்திரிகையில் "ஒடுக்கப்பட்டோர் உரிமைகள்" என்ற தலைப்பின் கீழ் வரைந்துள்ள வியாசம் வெகுவாய் விசனிக்கத் தக்கதாயிருக்கிறது காரணம், ஒடுக்கப்பட்ட இந்துக்களுக்கும் கிறிஸ்து வர்களுக்குமுள்ள வித்தியாசங்களைப் பூர்ணமாய் தெரிந்துகொள்ளு

முன், ராவ்பகதூர் ஆர். சீனிவாசம் எழுதிய விஷயங்களை ஆமோதித்து எழுதியது ஒடுக்கப்பட்ட கிறிஸ்தவ ரெல்லாருக்குமே கேடு விளை விக்கக் கூடியதாயுள்ளது. உண்மை தெரியாமலோ அல்லது பொறாமை யினாலோ அல்லது வேறெந்த நியாயமில்லாக் காரணத்தினாலோ, ஒருவர் தன் அபிப்பிராயத்தை வெளியிட்டால், ஆராய்ச்சி சிறிதுமின்றி அதனை ஆதரிக்க முன் வருவது சான்றோ ரியல்பாகாதென்பது என் துணிபு. கிறிஸ்து-இஸ்லாம் மதங்களில் தீண்டாமை கிடையாதனெப் புகல்வதும் தவறேயாம். விரிக்கின், இஸ்லாம் மத த்தைத்தவிர மற்றெல்லா மதத்திலும் ஜாதி பேதம் என்னும் அரக்கனும் தீண்டாமை யென்னும் பெண் பூதமும் தலைவிரி கோலமாகத் தாண்டவமாடி வருவது எல்லார்க்கும் விவரிக்காமலே தெரிந்த சத்தியம். கிறிஸ்து மதத்தில் சேர்ந்த உடனே இந்து உரிமைகள் பறிமுதலாகி விடுகின்றன வென்னுஞ் சட்டத்திற்கு இந்த ஒடுக்கப்பட்டவர் அருகரல்லார். இச்சட்டமானது உயர்குலத்தோ ரென்று சொல்லிக் கொள்ளும் ஜாதி இந்துக்களுக்கே யன்றி, நமது ராவ்-பகதூருக்காவது அவரது கூட்டத் தினருக்காவது கிடையாது. உண்மை அறிய விரும்பில், எந்தக் கிராமத் திலாகிலும் அல்லது இச்சென்னையிலாகிலும் இக்கூட்டத்தார் வசிக்கும் விடுதிகளில் நுழைந்து பார்க்கின் ஒரு அறையில் கிறிஸ்தவனும், மற்றொரு அறையில் ஆதிதிராவிடனும் கலந்து வசிப்பாரே யன்றி மற்ற இந்துக்களைப்போல் மதம் மாறினவுடன் கலந்து வாழாதிலர். இம்மட்டுமல்ல சகல-துக்க விஷயங்களிலும் ஒரு குலத்தவரைப் போலவே சகல விஷயத்திலும் கலந்துழன்று வருகின்றனர். இச்சத்தி யத்தை நமது ராவ்-பகதூராவது அவரது வகையராக்களாவது மறுக்க முன்வாரார். விந்தையிலும் விந்தையான இன்னார் காரணம் இவ்வியாசத்தில் கண்டுள்ளது:- அதாவது, ஓர் கத்தோலிக்கன், புராடஸ்டண்டாக மாறினால், அவன் கத்தோலிக்க உரிமைகளை இழந்து விடுகிறான் என்று கூறியுள்ளது. இவ்வதிசய உதாரணம் எங்ஙனம் இங்குச் செல்லுமென விளங்கவில்லை. கத்தோலிக்க சபைக்கும் சர்க்கார் சபைக்கும் என்ன சமநிலை கொண்டு வந்தனரோ தெரியவில்லை. இந்துக்களுக்கு மட்டுமல் இந்தச் சர்க்கார்! ஏனெனில் எம் மதவிஷயத்திலும் எம்மதத்தினரிடமும் சம்பந்தப்படக் கூடாத னெப் பிரமாணஞ் செய்து கங்கணங் கட்டிக் கொண்டிருக்கும் சர்க்கார் அவர்! ஆகவே இப்பெருங்குண சர்க்காரிடம் கிறிஸ்தவர்கள் முறையிட்டுக் கொள்வதைப் பற்றி பொறாமை யென்னுங் குன்றேறி நின்று பொய்க்கதை யென்னுங் கற்கனால் எறிவது அதர்மத்திலும் அதர்மேயாம். இப்பொய்க் கதைகளில் முதன்யான தென்னவெனில், இந்துக்களுக்குக் கொடுக்கப்பட்ட உரிமைகளில் பங்கு கேட்கின்றன

ரென்ற வீண் புரளி செய்து வருகின்றனர். இது அபத்தத்திலும் அபத்தமென்று யான் இங்கு பன்முறை உறுதிப்படுத்து கின்றேன். இவ்வியாசத்தை முடிக்கு முன்னர் சென்ற 40-45 வருடகாலமாக இந்தக் கிறிஸ்தவர்களுடைய உதவிகளையும் சம்ரக்ஷணைகளையும் அதிக ஏராளமாய் அனுபவித்து வந்த நமது ராவ-பகதூர் இரட்டை மலை சீனிவாசம் அவர்கள் இப்போது அவைகளை மறந்து, அக்கிறிஸ்தவர்களுக்கு ஓர் தடைமலையாக மாறி எதிர்மறையாக நின்றுவழிமறிப்பது பெரும் வியப்பைத் தருகின்றது.

ஆகையால், கனம் பத்திராதிபரும் மேற்படி ராவ-பகதூரும் புற ஜில்லாக்களின் கிராமங்களுக்குச் சென்று அங்குள்ள ஆதி-திராவிடர்கள் ஏனைய ஜாதியாரால் எவ்விதம் நடத்தப்படுகின்றன ரென்பதை நேரில் கண்டும் அவர்களின் நிலைமையை அறிந்தும் இருப்பாராயின் தாங்கள் பத்திரிகையில் கூறியுள்ள அபிப்பிராயமும், மேற்படி ராவ்-பகதூர் அவர்களுடைய பொறாமை நிறைந்த பிதற்றலும் வேறுவிதமா யிருந்திருக்கு மென்பதற்குச் சந்தேகமில்லை. இதற்குச் சார்பாக திரு. ஜார்ஜ் ஜோசப் அவர்கள் செப்டம்பர் மாதம் 1-ந்தேதி வெளிவந்த "மதராஸ் மெயில்" பத்திரிகையில் கள்ளர் ஜாதியார் விஷயமாக எடுத்துக் காட்டிய சர்க்கார் சட்டத்தை வாசித்தால் உண்மை யறியலாம்.

கடைசியாக இவ்வாதி திராவிடர் ராவ்-பகதூர் இந்து வம்சத்தினரா, அல்லது இந்து மதத்தினரா, அல்லது இந்து மதத்திற்கு புரம்பானவரா, என்னும் சந்தேகத்துடன் இதனை முடிக்கிறேன். பி.எம்.தாஸ்.

குறிப்பு

தீண்டாமை அண்டாமை பாராமை முதலிய கொடுமைகளிலிருந்து விடுதலைபெறவும் கிறிஸ்துவ சபையார் உதவியால் கல்விகற்று உலக வாழ்வில் முன்னேறவுமே "தீண்டப்படாதார்" என்போர் பொதுவாக கிறிஸ்து மதம் புகுகின்றனர். கிறிஸ்துமத உண்மைகளில் பற்றுக் கொண்டு மதம்மாறுவோர் நூற்றுக்கு ஒருவராவது இருப்பரோ என்பதும் சந்தேகமே ஆகவே காசிக்குச் சென்றும் கருமம் தொலையவில்லை யென்றபடி கிறிஸ்து மதம் புகுந்த பிறகும் ஆதிதிராவிட மக்களை தீண்டாமை விடவில்லை யென்றால் அந்தக் கிறிஸ்து மதத்தை தலைமுழுகிவிட்டு ஹிந்து மதத்தில் மீண்டும் புகுந்து ஏனைய ஹிந்து ஆதிதிராவிடர்களைப்போல் கஷ்டமனுபவிப்பதே முறை அல்லது இஸ்லாத்தில் தீண்டாமையும் ஜாதி வித்தியாசமும் இல்லை யென்று திரு. பி.எம். தாமஸ் கூறுவதினால் இஸ்லாத்தில் புகுந்து

உதவியும் புரிதல் கூடாதெனவும் தடுத்துவிட்டனர். இதோடு நிற்காமல், இன்னும் பலவிதத்திலும் கிறிஸ்துவர்கள் ஒடுக்க வேண்டும் என்ற துர் எண்ணங்கொண்டும் கங்கணங் கட்டிக் கொண்டும் வருகின்றனர். திருஷ்டாந்தமாக, சில மாதங்களுக்குமுன், கொச்சி ராஜ சமஸ்தானத்துச் சட்ட நிருபண சபையில் தாழ்த்தப்பட்ட வகுப்பு இந்துக்களைப் போலவே சகல விதத்திலும் கஷ்டமனுபவிப்பதால் அக்கிறிஸ்துவர்களுக்கும் இந்துக்களுக்கும் கொடுத்துவரும் உதவிகளை யெல்லாம் கொடுத்தல் அவசியமென்றும் தீர்மானங் கொண்டு வந்ததை நமது ராவ்பகதூர் ரெட்டமலை சீனிவாசம் பத்திரிகை மூலமாக நிராகரித்தும் எழுதியதையும் அதனைத் தடுத்து இச்சங்கத்தின் காரியதரிசி மறுப்பு எழுதி கண்டித்ததையும் "திராவிடன்" பத்திரி கையில் அநேகர் கண்டிருக்கலாம்.

ஆகையால் நம் கிறிஸ்துவ சகோதரர்களை இவ்விதமாய் புறக் கணித்து தன்னினவர்களுடன் மறுபடியும் அவர்களுடைய கோஷ்டி களில் கலந்து பாடுபடுவதினால் கிறிஸ்தவர்களுக்கு ஒரு பிரயோ சனமும் உண்டாகப் போவதேயில்லை. இவர்கள் யாராலும் கிறிஸ்தவர் களுக்கு எவ்வித உதவியும் செய்யவும் முடியவே முடியாதென்று பன்முறை உறுபிப்படுத்தி வற்புறுத்திக் கூறுகின்றேன். இந்த கிறிஸ் தவர்களுடைய உதவியினால் தங்களுடைய காரியம் அனுகூல மாவதற்கும் ...ம்பு சேர்த்துக் கொள்வதற்காகவுமே சகலவித கபட நாடக உபசரனை வார்த்தைகளால் ஏமாற்றுவார்கள். கிறிஸ்துவ சகோதரர்கள் கண்விழித்துக் கொண்டு ஒருபோதும் அவர்களை நம்ப வேண்டாம்.

இவ்வித இவர்களுடைய கோஸ்டிகளில் கலப்பதை விட்டொழித்து, சென்னையில் இப்போது ஸ்தாபிக்கப்பட்டிருக்கும் ஒடுக்கப்பட்ட இந்திய கிறிஸ்துவர் சங்கத்தில் சேர்ந்து உழைத்தால் நம் கிறிஸ்துவர் வகுப்பினர் யாவருக்கும் தீவிரத்தில் வெகு நன்மை கிடைக்கும் சந்தேகமேயில்லை. எப்படியெனில் கிறிஸ்துவர்களை இப்படி நிரா கரித்து தள்ளிவிட்ட பிறகு கிறிஸ்துவர்களுக்கு வேறுவழி யில்லாத படியால் ஒன்றுகூடி கிறிஸ்துவர் என்ற தனிவகுப்பாக நின்றால்தான் அரசாங்கத்தின் உதவிபெறமுடியும் என்னும் தீர்மானத்துடன் இச்சங்கத்தை 1930 வருடம் ஜனவரி மாதம் ஸ்தாபித்து நம்மவர் களுடைய நிலைமை சர்க்காருக்கு பலவித மனுக்களால் முறை யிட்டதின் பிரதி பலமாக நம்மை ஓர் தனி வகுப்பினராகவே அங்கீ கரித்து நம்மினத்தவரிலேயே ஒருவரை சென்னை சட்டசபையில் நமது பிரதிநிதியாக நியமனஞ் செய்திருக்கின்றனர். இதல்லாமல் மறுபடியும்

ஆதிதிராவிடர்கள் நற்பக்தியடைந்தாலும் நாம் தடைகூறமாட்டோம். சர்க்காருக்கு ஒரு குறிப்பிட்ட மதமில்லை யானாலும் ஹிந்துக்கள் ஆதிதிராவிடர்களுக்குச் செய்துள்ள துரோக பரிகாரத்துக்காகவே ஆதிதிராவிட ஹிந்துக்களுக்குச் சில சௌகரியங்களை சர்க்கார் அளித்து வருகின்றனர். கிறிஸ்துவ ஆதிதிராவிடர்கள் மிஷன்களிலிருந்து பெற்று வரும் உதவிகளில் பங்கு கொள்ள ஹிந்து ஆதிதிராவிடர்களுக்கு எப்படி உரிமையில்லையோ அதுபோலவே ஹிந்துக்கள் செய்தபாப விமோசனத்துக்காக சர்க்கார் ஹிந்து ஆதிதிராவிடர்களுக்கு அளித்து வரும் உதவிகளில் பங்கு கொள்ள கிறிஸ்தவ ஆதிதிராவிடர்களுக்கு உரிமையில்லை. ராவ்பகதூர் ஸ்ரீநிவாசம் மீது பொறாமைக் குற்றைத்தை நிருபர் சுமத்துவதற்கு ஆதாரமே கிடையாது. ஜனத் தலைவர் என்ற நிலையில் அவருக்குத் தோன்றிய அபிப்பிராயத்தை அவர் வெளியிட்டார். அது நமக்கும் சரியென்று பட்டதினால் நாமும் ஆதரித்தோம் உண்மை இவ்வளவே. ஆசிரியர்.

திராவிடன், 19 செப்டம்பர் 1931, ப. 12.

கிறிஸ்துவர்களும் தொண்டர்படையும் – பி.எம். தாஸ்

சென்னை, டிச. 25. தற்போது நடந்துவரும் ஆதிதிராவிடர் தொண்டர் படையில் நமது கிறிஸ்துவ சகோதரர்கள் போய் கலந்து கொண்டு வருவது வெகுவாய் விசனிக்கத்தக்கது. காரணம், சென்ற 40, 45 வருடங்கலாக ஆதிதிராவிட வம்சத்தினராக இந்துக்களும் கிறிஸ்துவர்களும் ஒன்றுகூடி பறையர் மகாசபை எனவும் ஆதிதிராவிட மகாசபை எனவும் சேர்ந்து தங்கள் கஷ்ட நிர்ப்பந்தங்களை “பறையன்”, “திராவிட பாண்டியன்” என்னும் பத்திரிகைகள் மூல மாகவும் இன்னும் பலவிதமான மனுக்கள் மூலமாகவும் அடிக்கடி நமது சர்க்காருக்கு எடுத்துக்காட்டி வந்ததின் பலனாக துரைதனத்தார் காருண்யங் கொண்டு உதவி புரிய வந்த சமயத்தில், சட்ட நிருபண சபையில் பிரதிநிதிகளாக நியமனம் பெற்றம நம் ஆதிதிராவிடர சகோதரர்கள், தங்கள் பந்துக்களாகிய கிறிஸ்துவர்களை அறவே ஒழித்துவிட வேண்டும் என்னும் பொறாமை கருத்து கொண்டு தங்களுக்கும் கிறிஸ்துவர்களுக்கும் யாதொரு சம்பந்தமும் கிடையா தென்றும், தாங்கள் வேறு என்றும், கிறிஸ்துவர்களுக்கு பாதிரி குருக்களுடைய உதவி ஏராளமாக இருப்பதால் சர்க்கார் உதவி செய்யக்கூடாதென்றும் வற்புறுத்திக்கூறி தங்களுக்கு மாத்திரம் தான் சர்க்கார் உதவி புரிய வேண்டியதவசிய மென்றும் பலவித புறட்சி செய்தும், லேபர் கமிஷனருங்கூட கிறிஸ்தவர்களுக்கு எவ்வித

ஒரு பக்கமும், இப்படி நாலா பக்கத்திலும் பெருந்துன்பங்கள் நம் கிறிஸ்துவர்களுக்கு ஏற்பட்டிருக்கின்றது.

மேற்கூறிய நால்வகைத் துன்பங்களில் கடைசியிற் காட்டிய துன்பம், அதாவது, நம்மினபந்து மித்ரராகிய ஆதிதிராவிடர்கள் சென்ற 40, 45 வருடங்களாக நம்மோடு ஒத்துழைத்தும் நமது உதவியையே பெரிதும் பெற்று அனுபவித்த பிறகு இப்போது நம்மை வேறுபடுத்தி புறக்கணித்துவிட்டது யாவராலும் கவனிக்கத் தக்கதேயாம்.

ஆதலால், நாம் இவ்விதம் தனிமையாக விட்டு விடப்பட்டதால், நமது குறைகள் நீங்குவதற்கு சகல கிறிஸ்துவர்களும் ஓர் தனி வகுப்பாக சேர்ந்து நின்றால் தான் பலனடைய முடியுமெனுந் தீர்மானத்துடன் 1930 வருஷம் ஜனவரி மாதம் 26-ந் தேதியன்று சென்னையில் ஓர் மகாநாடு கூட்டி "ஒடுக்கப்பட்ட இந்திய கிறிஸ்துவர் சங்கம்" ஸ்தாபிக்கப்பட்டு மேற்படி சங்கத்தின் மூலமாக அரசாங்கத்தாருக்கு இக்கிறிஸ்துவர்களின் பரிதாப நிலையைப் பன்முறை பலவித மனுக்கள் மூலமாக தெரிவித்து வந்ததின் பலனாக இக்கிறிஸ்துவர்கள் ஓர் தனி வகுப்பாகவே பாவித்து மற்றவர்களுக்குக் கிடைக்கு அநுகூலங்களை நாமும் பெறுதலவசியமென்று காருண்ய அரசாங்கத்தார் தீர்மானித்திருக்கின்றனர். இச்சமயத்தில் இச்சென்னை யிலும் தென்னாடுகளிலுமுள்ள சகல கிறிஸ்துவ சகோதரர்களும் ஒவ்வொரு ஜில்லாவிலும் ஒன்றுகூடி சங்கத்திற்கு உதவிபுரிந்து ஒத்துழைப்பதற்கு ஆங்காங்கு கிளைச் சங்கங்களேற்படுத்தியனால் நமது தாழ்த்தப்பட்ட கிறிஸ்துவ வகுப்பினர் யாவரும் ஒரே சங்கத் தினராகவும், காங்கிரஸ்,-ஜஸ்டிஸ்-எனுங்கட்சியினரைப் போல் ஓர் பெருங்கட்சியினராக தோன்றி சகல விஷயத்திலும் ஒரே தீர்மானம் ஒரே முயற்சியுடையவராக நின்று நமது வகுப்பு முன்னேற்றத்திற்கு ஏகோபித்து பாடுபடுபவர்களாவோம் என்பதில் சந்தேகமில்லை.

ஆனால் ஒவ்வோரிடத்திலும் தனித்தனிப் பெயர் கொண்டு துண்டு துண்டாக பல சபைகளை ஏற்படுத்திக் கொண்டு ஒன்று சேராம லிருப்பதை பார்க்கிலும், இச்சென்னையைச் சேர்ந்த தென்னிந்திய முழுவதுமுள்ள சகல கிறிஸ்துவர்களும் ஒரே சங்கத்தினராக கூடி இருத்தல் நமது கிறிஸ்துவர்களுக்கு ஓர் பெரும் வரப்பிரசாத மாகுமென்பதில் கிஞ்சிற்றேனும் சந்தேகமில்லை.

இஃதன்றி, இச்சென்னையில் சென்ன, 40, 45 வருடங்களாக நம் ஆதிதிராவிட இந்து கிறிஸ்துவர்களுக்கு தாரதம்மிய மின்றி அநேக விதத்தில் முன்னேற்ற மடைவதற்காக பாடுபட்டு வந்தவர்களில் நிகரற்ற முதன்மையானவரும் "ஆதிதிராவிடன்" எனும் பேருக்கு

செய்து வந்த மனுவுகளால் நம்மினத்தில் இன்னொருவரை அதாவது இச்சங்கத்தின் பிரசிடெண்டு அவர்களை சென்னைக்கு ஆனரரி பிரசிடென்ஸி மாஜிஸ்ட்ரேட் ஆகவும் நியமித்துள்ளார். மறுபடியும் சென்ற மார்ச் மாதம் நடந்தேரிய சட்டசபையில் கிறிஸ்துவர்கள் சகல விதத்திலும் ஆதிதிராவிடரைப் போலவே துன்புற்றுவருவதால் இக்கிறிஸ்துவருக்கும் அதேவித உதவி புரிவதவசிய மெனவும் ஏற்பாடாயிருக்கிறது.

ஆதலால் கிறிஸ்துவர்கள் ஓர் தனி வகுப்பினராக சர்க்காரால் மதிக்கப்பட்டிருக்கும்போது, மறுபடியும் கிறிஸ்துவர்கள் ஆதிதிராவிடருடைய கோஷ்டிகளில் கலக்கப்பார்ப்பது சகல கிறிஸ்துவர்களுடைய முன்னேற்றத்திற்கே ஓர் பெருந்தடையாயிருக்கிறது.

இன்னொரு மனு:- அதாவது இதனைக் காணும் கிறிஸ்தவ சகோதரர்கள் தயவுசெய்து பத்திரிகைக் கிட்டாத ஏனைய கிறிஸ்தவ சகோதரர்களுக்கும் நம் விஷயத்தைத் தெரிவிப்பது ஒவ்வொருவருடைய கிறிஸ்து குல கடமையெனக்கருதி விளக்கிக் காட்டும்படியாகவும் கேட்டுக் கொள்கின்றேன் என ஒடுக்கப்பட்ட இந்திய கிறிஸ்தவர் சங்கம் பிரதம காரியதரிசி திரு. பி.எம். தாஸ் எழுதுகிறார்.

திராவிடன், 16 டிசம்பர் 1931, மலர். 16, இதழ். 195, ப. 8.

தாழ்த்தப்பட்ட கிறிஸ்துவர்களுக்கு அறிக்கை – பி.எம்.தாஸ்

இச்சென்னை தென்னிந்தியாவிலுள்ள தாழ்த்தப்பட்ட கிறிஸ்துவ சகோதரர்கட்கு அதிவிநய வந்தனத்துடன் தெரிவித்துக் கொள்வது யாதெனில், இத்தேசத்தில் ஒடுக்கப்பட்டும் தாழ்த்தப்பட்டும் இருப்பவர்களில் அதிக கஷ்ட நிர்ப்பந்தங்களை அனுபவிப்பவர்கள் தாழ்த்தப்பட்ட கிறிஸ்துவர்களைத் தவிர வேறு எவருமிலர். ஆதிதிராவிடர்களுக்கும் மற்ற தாழ்ந்த வகுப்பினருக்கும் மேற்குல இந்துக்களால் மட்டுமே, அதாவது, ஒருபக்கத்தில் மாத்திரமே, துன்பம் நேரிடுகின்றதை யாவருமறிவர். ஆனால் துரதிர்ஷ்டமுள்ள இத்தாழ்த்தப்பட்ட கிறிஸ்துவர்களுக்கோ, மேற்குல இந்துக்களால் ஒருபுறமும், மேற்குலத்தோரென அகந்தை கொண்டிருக்கும் ஜாதி கிறிஸ்துவர்களால் இன்னொரு பக்கமும், இவர்களை ஆதரித்துவரும் கோவில் பாதிரிகளால் மற்றொரு பக்கமும் நமது வம்சத்தினராகிய ஆதிதிராவிடர்கள் நம்மை வேறுபடுத்தி, நாம் வேறு அவர்கள் வேறு வகுப்பினரென்றும், தங்களுக்கும் கிறிஸ்துவர்களுக்கும் யாதொரு சம்பந்தமும் கிடையவே கிடையாதென்றும், சட்டசபையில் அரசாங்கத்தாரிடம் தெரிவித்து நம்மை அறவே நிராகரித்துவிட்ட விஷயம்

அஸ்திவாரம் போட்டவருமாகி சங்கை டி.ஜே. ரத்தினம் ஐயரவர்களும், இவ்வினத்தாரின் கஷ்ட நிர்ப்பந்தங்களைப்பற்றிப் போராடுவதில் முதன்மையாக நிற்பவருமாகிய திரு.எஸ்.எம். ஞானப்ரகாசம் பி.எ.பி.எல். அவர்களும் இச்சென்னை ஒடுக்கப்பட்ட இந்திய கிறிஸ்துவர் சங்கத்திற்கு தலைவர்களாக முன்வந்துள்ளார். ஆதலால் சகல கிறிஸ்துவ சகோதர ர்களும் இவ்விண்ணப்பதற்கிற் கூறி யுள்ளதைக் கவனித்து இச்சென்னை சங்கத்திற்கு உதவி சங்கங்களை ஒவ்வொரு ஜில்லாவிலும் ஸ்தாபித்து வந்தால் நாம் வெகுசீக்கிரத்தில் பெரும் பலனடைவோமென்பது திண்ணம் எனத் திரு.பி.எம்.தாஸ் தெரிவிக்கிறார்.

திராவிடன், 20. 06. 1932, ப. 10.

கிறிஸ்துவ மதத்தில் தீண்டாமை
இந்து மதத்திலுமதிகக் கொடுமை
சென்னை கவர்னரிடம் தூது –
எம்.தேவதாசன், ஜி. ஆர். பிரேமையா

சின்னாட்களின் முன் சென்னைக் கவர்னரிடம் தோழர் எம்.தேவ தாசன் எம்.எல்.ஸி., தோழர் ஜி. ஆர். பிரேமையா எம்.எல்.ஸி., ஆகியோரும் இன்னம் சிலரும் தூதுசென்று ஹிந்து தீண்டப்படா தவர்களைப்போலவே, தாங்களும் கிறிஸ்துவ மதத்தில் அதிகக் கஷ்டமடைவதாகவும், தங்களுக்குப் பாதுகாப்பு வேண்டு மென்றும் கோரினார்கள். அவர்கள் சமர்ப்பித்த மனுவின் சாரம் வருமாறு:-

ரோமன் கத்தோலிக்கக் கிறிஸ்துவர்கள் தங்கள் மதத்திலும் சாதி வேற்றுமைகளை நுழைத்துக் கொண்டிருக்கிறார்கள். பூணூல் தரித்துக்கொள்ளும் வழக்கம் உட்பட ரோமன் கத்தோலிக்கச் சமூகத்தில் புகுந்து கொண்டிருக்கிறது. வேப்பேரி கான்வென்ட்டில் தாழ்த்தப்பட்ட வகுப்புக் “கன்னி”-நன்-களுக்குத் தனியிடம் ஒடுக்கப் பட்டிருக்கிறது. மயிலாப்பூர் கான்வெண்டில் தாழ்த்தப்பட்ட கிறிஸ்துவ பிள்ளைகளைத் தனியே பிரித்துச் சாப்பாடு போடப்பட்டிருக்கிறது. ஈரோட்டில் மாதா கோயிலுக்குள் மண்டியிட்டு வணக்கம்புரிய உட்காரும் இடத்தில் பேதாபேதம், புராடஸடென்ட் கோவில்களிலும் இவ்வித ஜாதி வித்தியாசங்கள் தலைகாட்டுகின்றன. ஒரே கிராமத்தில் ஜாதி கிறிஸ்துவர்களுக்கெனத் தனியாகவும், தாழ்த்தப்பட்ட கிறிஸ்து வர்களுக்கெனத் தனியாகவும் மாதா கோவில்கள் இருக்கின்றன. சென்னை லூதரன் கோயிலில் தீண்டப்படாத கிறிஸ்துவர்களைப்

புதைப்பதற்கென்று தனியிடம் ஒதுக்கப்பட்டிருக்கிறது. அதேபோல் இன்னும் பல கத்தோலிக்கக் கோயில்களிலும் நடைபெறுகின்றன.

எனவே, தாழ்த்தப்பட்ட கிறிஸ்துவர்களைச் சென்னை ஸர்க்கார் ஒரு தனிச்சமூகமாகக் கருதி, பாதுகாப்பு அளிக்க வேண்டும். ஹிந்து மதத்திலிருந்து கிறிஸ்துவ மதத்திற்கு வந்தும், மக்களுடைய சமூக, பொருளாதார விஷயங்கள் கவலையின்றித் தீர்ந்தபாடில்லை. எனவே, இச்சமூக மாணவர்களுக்கு ஸ்காலர்ஷப்புகளும், வகுப்புவாரிப் பிரதிநிதித்துவத்தில் பங்கும், கொடுப்பதுடன் ஸர்க்கார் உத்தி யோகங்கள் பெறவுள்ள வயது நிர்ணயம் கூடாது. போதுமான ஸர்க்கார் உத்தியோகங்கள் அளிக்கப்பட வேண்டும். தாழ்த்தப்பட்ட சமூகத்தைச் சேர்ந்த ஒரு தெலுங்கு கிறிஸ்துவரை டெபுடி கலெக்டராக நியமிக்க வேண்டுமென்றும், எல்லா பதவிகளையும் தாழ்த்தப்பட்ட தமிழ்க் கிறிஸ்துவர்களுக்கே கொடுத்து விடக்கூடாதென்றும் தோழர் ஜீ. பிரேமய்யா கூறினார்.

குடி அரசு, 24 மே 1936, மாலை 11, மலர் 41, ப. 16.

தீண்டப்படாத கத்தோலிக்கர்களுக்கு ஓர் வேண்டுகோள் – விளம்பர கமிட்டி

இந்த இருபதாம் நூற்றாண்டில் சுதந்தர தாகத்தின் வேகத்தால் எல்லா ஜன சமூகங்களும் தங்களுடைய சுதந்தரங்களைப்பெற போராடுவதுபோல் நாமும் நமக்கு வேண்டிய உரிமைகளைப்பெற தற்காலத்திலுள்ள வாலிபராகிய நாம் முயற்சியும் செய்து கொண்டு வருவதைக்கண்ட சுயநல வெறிபிடித்த சிலர் நம்முடைய மூதாக்களை இவர்களுடைய சூழ்ச்சியாலும் பசப்பான வார்த்தையாலும் ஏமாற்றி அடிமைத்தனமென்னும் படுகுழியில் தள்ளி மனிதரூபங்கொண்ட மிருகங்களாக கத்தோலிக்க மதத்தில் அவர்களை நடத்தினதுபோல் நம்மையும் ஏமாற்றிவிடலாமென்று எண்ணி கங்கணம் கட்டிக் கொண்டு சில போலி பத்திரிகைகள் மூலமாகவும் சில துண்டு பிரசுரங்கள் மூலமாகவும் வாய் சாதுரியமாகவும் பேசி நம்மவரை ஏமாற்ற அலைகின்றார்கள் என்பதை நாம் சொல்லாமலே நீங்கள் அறிவீர்களென்று நம்புகிறோம். ஆனால் நாம் ஏமாறிய காலம் மலையேறிவிட்டதென்பதை இவர்கள் அறியாமல் போனது விந்தையே.

தற்காலம் உயர்ந்த ஜாதிகளென்று சொல்லிக் கொள்ளும் இந்துக்கள் முதலாய் தாழ்த்தப்பட்ட மக்களுக்கு தாங்கள் செய்த கொடுமைகளுக் காக பிராயச்சித்தம் செய்யவேண்டி அரசியல், மதம், சமூகம் இவை

களின் சுதந்தரங்களைக் கொடுத்ததோடு உண்ணாவிரதமும், ஆலய பிரவேசமும், சம்பந்தி போஜனமும் கலப்பு மணங்களும் அவர்கள் கல்விக்காக பொருள் உதவியும் செய்வதுமல்லாமல் தாழ்த்தப்பட்ட மக்கள் வசிக்கும் தெருக்களைக் கூட்டியும் தாழ்த்தப்பட்ட சிறுவர்களை குளிப்பாட்டி சுத்தம் செய்து வஸ்திரங்கள் கொடுத்து ஆனந்திப்பதும் பாமர ஜனங்களுக்கு முன்மாதிரியாக பெரிய மகான்களும் அறிவாளி களும் படிப்பாளிகளும் செய்து கொண்டிருக்கும்பொழுது கத்தோலிக் மதத்திலுள்ள சுயநல வெறியும் ஜாதி கர்வமும்கொண்ட நம்முடைய சில முத்தண்ணாக்கள் நமக்கு என்ன உரிமைகள் கொடுத்திருக்கின்றார் களென்று யோசித்துப் பாருங்கள்? உங்களுக்கு மதச் சுதந்திரமுண்டா? அரசியல் சுதந்திரமுண்டா? சமூகச் சுதந்திரமுண்டா? ஐயோ, உங்க ளுக்கு ஒன்றுங்குட இல்லையே! நீங்கள் அஞ்ஞானிகளென்று அழைக்கப் படும் நம் சகோதரராகிய ஆதிதிராவிடர்களுக்கு உயர்ந்த ஜாதிகளென்று சொல்லிக் கொள்ளும் இந்துக்கள் கொடுத்திருக்கும் உரிமைகளை மெய்ஞானிகளென்றும் உயர்ந்தவர்களென்றும் தங்களைத் தாங்களே சொல்லிக்கொள்ளும் கத்தோலிக்கர்கள் உங்களுக்கு என்ன என்ன உரிமைகள் கொடுத்திருக்கின்றார்களென்று விரலைவிட்டு சொல்ல முடிமாவென்று கேட்கின்றோம்.

ஆகையால் சகோதர சகோதரிகளே! இவர்களுடைய பசப்பான வார்த்தைகளைக் கண்டு ஏமாந்து போகாலும் நம்முடைய மதச் சுதந்தரத்தையும் அரசியல் சுதந்தரத்தையும் சமூகச் சுதந்தரத்தையும் பெறுவதற்காக உங்கள் திரேகத்தில் ஒரு துளி நல்ல இரத்தமுள்ளவரை முயற்சியும் கிளர்ச்சியும் விடாமல் செய்துகொண்டிருக்கும்படியாகத் தாழ்மையாய் கேட்டுக்கொள்ளுகின்றோம்.

“தெய்வத்தாலாகதெனினும் முயற்சி மெய் வருந்த கூலிதரும்” விழி! எழு! நீ மனிதனென்று உணர்!! விளம்பர கமிட்டி, திருச்சி.

நகரதூதன்.

ஆதிதிராவிடர்களுக்கு விண்ணப்பம் – அ. பாலகிருஷ்ணன்

சென்னை, நவ. 28.

திரு அ. பாலகிருஷ்ணன் பின்வருமாறு எழுதுகிறார்:-

எனதன்பார்ந்த பூர்வ பழந்தமிழ்குடிகளாகிய ஆதிதிராவிட சகோ தரர்களை நம்மவர்களை தீண்டாதவர்கள் என்று பட்டனங்களிலும் கிராமங்களிலும் உள்ள பாமரர்கள் சொல்லுவது நமக்கு வெட்ட வெளிச்சமாகத் தெரிகிறது.

சாதாரணமாக ஒரு உத்தியோகஸ்தரிடம் குதிரை ஓட்டும் கோச்மேன் உத்தியோகஸ்தருடைய வெங்கலப் பாத்திரத்தை தொட்டு கிணற்றில் தண்ணீர் இறைக்கலாம் ஆனால் மேற்படி குதிரை ஓட்டியை மாத்திரம் தொடக் கூடாதாம். கிராமாந்தரங்களில் குடியானவர்களிடம் பண்ணை வேலை செய்கிறவர்கள் அவர்களுடைய குழந்தைகளைத் தொடலாம். ஆனால் மற்றவர்களைத் தொடக்கூடாதாம் தொட்டால் தீட்டு ஒட்டிக் கொள்ளுமாம் (தீட்டு என்பது இரத்தம்) இதன் அர்த்தம் விளங்கவில்லை போலும்.

இப்படியே ரோமன் கத்தோலிக் கோயில்களிலும் சிலுவைப்போல் கட்டடங்களைக் கட்டுவித்து அதில் மேல்ஜாதி கிருஸ்தவர்களென்று சொல்லிக் கொள்ளும் ஆண்கள் ஒருபக்கமும் பெண்கள் ஒரு பக்கமும் பிள்ளைகள் ஒருபக்கமும் உட்காருவதற்கும் தாழ்ந்த ஜாதி கிருஸ்தவர்களாகிய பறையர், பள்ளர், வள்ளுவர், வண்ணார் இவர் களைப் போன்ற ஆண்களும் பெண்களும் பிள்ளைகளும் வேறு ஒரு பக்கத்தில் பஞ்சு மூட்டை அடுக்கினதுபோல் உட்காருவதற்குச் சூழ்ச்சி செய்து அம்மாதிரி உட்கார்ந்து வருவதையும் நாம் கண் கூடாகப் பார்த்து வருகிறோம். மலந்திண்ணும் பன்றி, நாய், கழுதையைத் தொடலாமாம். நாயைக் கொஞ்சி விளையாடலாமாம் ஆனால் பகுத்தறிவுள்ள ஆறறிவுள்ள சுத்தரத்த ஓட்டமுள்ள ஓர் ஆதிதிரா விடனைத் தொடக்கூடாதென்று இழிவுபடுத்தி வருகிறார்கள். இவை களுக்கு வேதம், புராணம், இதிகாசம் இவைகள் ஆதாரமேன்கிறார்கள் ஆகவே எனதருமை சகோதரர்களே மேற்சொன்னவர்களிடமிருந்து நாம் விடுதலைபெற வேண்டுமானால் நாம் சுதந்தரத்துடன் வாழ வேண்டுமானால் தென்னாட்டு பெரியார் ஈ.வெ. இராமசாமி தோற்று வித்துள்ள சுயமரியாதை இயக்கத்தைப் பின்பற்றுவதைவிட நமக்கு வேறுகதியில்லை. இப்பொழுது நங்குல மக்களுக்கு செய்கையில் நடத்தையில் நமது முன்னேற்றத்திற்குரிய வழியில் உண்மை தொண்டாற்றி வருவது சுயமரியாதை இயக்கம் ஒன்றேயாகும். ஆகவே ஒவ்வொரு கிராமங்களிலுள்ள நமது பெரியோர்களும் உபாத்தியாயர் களும் வாலிபர்களும் மாணாக்கர்களும் ஒன்று சேர்ந்து நமக்காகவே உழைத்து வரும் குடி அரசு, திராவிடன், தமிழன் முதலிய சுயமரி யாதைப் பத்திரிகைகளை வாங்கிப்படித்து பகுத்தறிவு பெற்று சமூக முன்னேற்றத்தில் முனைந்து உழைக்கும் படியாய்த் தாழ்மையுடன் கேட்டுக் கொள்கிறேன்.

(குறிப்பு) காசிமேடு, கௌவும் மொய்தீன் பேட்டை, பிரம்பூர் முதலிய இடங்களில் உள்ள ஆதிதிராவிடர்களின் வாசகசாலைகளில்

கூலிக்கு மாரடிக்கும் அநாமதேய பத்திரிகைகளை வாங்கி படித்து வருவதால் நம்முடைய புத்தி மழுங்குவதுமல்லாமல் நாம் உதைப்பும் காலை முத்தமிட்டவர்களாவோம் எனவே மேற்படி வாசகசாலை களின் தலைவர்களையும் மேற்படியூர் வாசிக சாலைகளின் அங்கத் தினர்களையும் வணக்கத்துடன் கேட்டுக்கொள்ளுவதென்ன வெனில் நமது குலமுன்னேற்றத்திற்கும் உண்மை பகுத்தறிவிற்கும் விடு தலைக்கும் சுதந்திரத்திற்கும் உண்மையாக உழைத்து வரும் "குடி அரசு", "திராவிடன்", தமிழன் முதலிய பத்திரிகைகளை வாங்கிப் படித்து பகுத்தறிவினைப் பெற்று உலகசித்தாந்த முன்னணியில் நின்று உழைக்கும்படியாய் உங்களை மறுமுறையும் பணிவுடன் கேட்டுக் கொள்ளுகிறேன்.

திராவிடன், 16 டிசம்பர், மலர். 16, இதழ். 173, ப. 8.

விலக்கப்பட்ட கிறிஸ்துவர்களுக்கோர் விளக்கம் – ஆர்.பி. தங்கவேலன்

சென்னை, நவ. 2.

கடந்த 1-11-31ல் சென்னை வரதராஜபுரம் ஒயிடெட் ஹாலில் நடந்தேறிய சமூதாயச் சீர்திருத்தக் கூட்டத்தில் நண்பர் திருச்சி அந்தோணி என்பார் "தாழ்த்தப்பட்ட, ஒடுக்கப்பட்ட, விலக்கப்பட்ட, கிறிஸ்துவர்களுக்காக யாரும் ஒன்றும் பேசுவதே கிடையாது. தாழ்த்தப்பட்ட இந்துக்களைப் போலவே நாங்களும் பல் வகையிலும் நசுக்குண்டிருக்கின்றோ"மென மிகபரிதபிகுந்தொணியோடு பகர்ந்த இவரின் அறியாக் கூற்றை அடியில் விளக்குவோம்.

இந்து மதமென வழங்கிவரும் இப்பாழும் மதத்திலே பல காலங் கட்டுண்டு கஷ்டபட்டுக் கொண்டுவந்த ஓர் பெருஞ்சமூகமானது, இவர்களுடைய கொடுங்கோன்மையை யுணர்ந்து, ஜாதி இந்துக்க ளென்றழைக்கின்ற இவர்களிடத்தில் நம்பிக்கையில்லாமல் வேறாகப் பிரிந்து ஜஸ்டிஸ் கட்சியாலும், ஆதிதிராவிட பிரமுகர்களாலும் "மாண்டேகு செம்ஸ்போர்ட்" சீர்த்திருத்தத்தில் இவர்களுக்குத் தனிமை யாக 10 ஸ்தானங்கள் ஒதுக்கி வைத்து ஜாதி ஹிந்துக்களிடத்திலிருந்து வேறாகப் பிரிந்து கொண்டனர்.

இவ்விதமாகவே இந்தியக் கிறிஸ்துவர்களுக்கு ஒதுக்கி வைத்துள்ள ஸ்தானங்களில் தாழ்த்தப்பட்ட, ஒதுக்கப்பட்ட, விலக்கப்பட்ட கிறிஸ்து வர்களுக்கு யாதொரு பங்கும் அல்லது இவர்களைப் பற்றி கிறிஸ்துவ பிரதிநிதிகளென்றழைக்கின்ற அப்பிரதிநிதிகள் விலக்கப்பட்ட கிறிஸ்து வர்களைப்பற்றி ஒன்றும் பேசாமலும் கவனிகாமலுமிருப்பதை கண்ட இவர்கள் ஏன் இன்னும் உறக்கத்திலிருக்க வேண்டும்? ஆதிதிராவிட

இந்துக்களைப் போல் இவர்களும் இந்திய கிறிஸ்துவர்களுக்கென் றொதுக்கி வைத்துள்ள ஸ்தானங்களில் பங்கெடுத்துக் கொள்ள வேண்டுவது இவர்களுடைய கடமையல்லவா? சத்தியவேத சபை யென்றழைக்கின்ற கிறிஸ்துவ மதத்தில் ஜாதி அகங்காரத்தால் தலை விரித்தாடுந் தான்தோன்றி தம்பிரான்களிடத்தில் எங்களுக்கு நம்பிக்கை யில்லை யென்று பகிரங்க பிரசாரஞ் செய்து இந்தியக் கிறிஸ்துவர் களுக்கு ஒதுக்கி வைத்துள்ள ஸ்தானங்களில் இவர்கள் ஏன் ஒரு ஸ்தானத்தை தாழ்த்தப்பட்ட, ஒடுக்கப்பட்ட, விலக்கப்பட்ட கிறிஸ் துவர்களுக்கென்று பிரித்துக் கொள்ளாமல், அவர்களிடத்தில் வாதா டாமல், கேட்காமல் அவர்களை ஏகபோகமாய் வாழவிட்டுவிட்டு, ஒருவரிடத்திலும் உதவிபெறாத ஆதிதிராவிடர்களிடத்தில் விலக்கப் பட்ட கிறிஸ்துவர்கள் பங்கு கொடுவென கேட்பது நியாயமா? இவர்களெப்படி ஜாதி இந்துக்களிடத்திலிருந்து வேறாகப் பிரிந்து தனி ஸ்தாபனங்களைப் பெற்றார்களோ அவ்விதமே ஜாதி கிறிஸ்துவர் களிடத்திலிருந்து விக்கப்பட்ட கிறிஸ்துவர்கள் வேறாகப் பிரிந்து தனி ஸ்தானம் பெருவதே நீதியாகும்.

மேற்கண்ட வகையில் இவர்களுக்கு சுதந்திரம் கிடைக்காவிட்டால் அதாவது வேறாகப் பிரித்துக் கொள்ள முடியாமல் எதிர்ப்பால் தோற்கடிக்கப்பட்டால் உடனே சுயமதிப்பை யிழக்காமல் ஜாதிமத பேதமற்ற சமதர்மத்தைத் தரக்கூடிய உத்தமமான வழி எதுவோ அவற்றை பின்பற்றுவதுதான் சுயமரியாதை வீரனின், சுதந்திரவீரனின், சுயமதிப்பான வீரனின் கடமையும் சத்தியமுமாகும். இதை விடுத்து கூழுக்கும் ஆசை மீசையும் வேண்டு சூழ்யுக்தி செய்துகொண்டு மத மெனும் பித்தத்தில் மக்களைக் காட்டுமிராண்டிகளாக கொண்டு போகின்றதென்பதை யுணராமல் இதற்கு முதற்காரணமாயிருப்ப தெது? எதனால் நாம் இக்கொடுமைக்கு ஆளானோமென்று சிந்தித்து அவற்றை முதலில் தகர்த்து எறிவதறிவுடையோர்களின் செயலாகும்.

அன்பர் இவற்றையெல்லாம் பொறுமையோடு கவனித்து சீர் பெறும் வழியில் செம்மையாய் நடந்துகொள்ளுமாறு இது ஓர் விளக்கமாகும்.

திராவிடன் 04 நவம்பர் 1931, ப. 7.

அரசியலில் தாழ்த்தப்பட்ட கிறிஸ்தவர்கள் நிலை - திருச்சி அந்தோணி

கடந்த 1-11-31-ல் சென்னை வரதராஜபுரம் ஒயிடெட்ஹாலில் சமுதாய சீர்திருத்தக் கூட்டத்தில் திராவிடன் உதவி ஆசிரியர் டி. சுப்பிரமணியம் அவர்கள் தாழ்த்தப்பட்ட வகுப்பார்கள் அரசியலில்,

முன்னேற்ற மடையக்கூடிய உண்மை நிலைமையைப் பற்றி சொன்ன போது, அதற்கு நான் எல்லாக் கட்சிவாதிகளும் பொதுப்பட தாழ்த்தப் பட்டவர்கள் என்று மாத்திரம் சொல்லுகிறார்களே ஒழிய இவர்களில் இந்துக்களா கிறிஸ்தவர்களா என்று சொல்லுவதில்லை யென்றும், தாழ்த்தப்பட்ட இந்துக்களும், கிறிஸ்தவர்களும் சமூக வாழ்க்கையில் தீண்டாமை கொடிய அடிமை தனத்தினால் ஒடுக்கப்பட்டு வருகிறார் களென்றும், தாழ்த்தப்பட்ட இந்துக்களும், ஜாதி கிறிஸத்தவர்களும் அரசியலில் இருக்கக் கூடிய உரிமைகளும், நன்மைகளும் தாழ்த்தப் பட்ட கிறிஸ்தவர்களுக்குக் கிடையா தென்றும்; இவர்கள் பரிதாப நிலைமையைப் பற்றி காருணிய கவர்ன்மெண்டார்கள் கவலை எடுத்துக்கொள்வதில்லை என்றும் இவர்கள் கிறிஸ்தவர்கள் என்று பெயரை மாத்திரம் தரித்துக்கொண்டு இருக்கிறார்களே ஒழிய மற்றபடி மதவாழ்க்கையிலும் சமூக வாழ்க்கையிலும் அரசியல் வாழ்க்கையிலும் நசுக்கப்பட்டு வருகிறதை எல்லாக் கட்சிவாதிகளும் பகிரங்கமாக பிரச்சாரம் செய்வதில்லை யென்றும் தெரிவித்துக் கொண்டதோடு பத்திரிகையில் அதைப்பற்றி யெழுதுமாறுங் கேட்டுக்கொண்டேன். அதுவன்றி தாழ்த்தப்பட்ட இந்துக்களுக்கு அரசியலில் இருக்கக்கூடிய உரிமைகளிலும் நன்மைகளிலும் தாழ்த்தப்பட்ட கிறிஸ்தவர்களுக்குப் பங்கிட்டுக் கொடுக்க வேண்டுமென்று யான் சொல்லவில்லை. அக்கட்டத்திற்கு விஜயம் செய்திருந்தவர்களனைவரும் இதை நன்கு அறிவார்கள். அவர்களுக்கு முன்னிலையில் ஓர் நண்பர் என்னை நோக்கி நீங்கள் ஏன் உங்கள் குருக்களிடத்தில் கேட்க கூடாதென்றார். அதற்கு நான் மதம் சமூகம் அரசியல் இன்னதென்று தெரியாமல் கேட்பது அறியாத தன்மையாகும். நான் அரசியலில் எங்கள் நிலைமையைப் பற்றிச் சொல்லுகிறேனே யொழிய எங்கள் மத வாழ்க்கையைப் பற்றி இங்கு சொல்லவில்லை என்றேன். 4-11-31ல் திராவிடன், பத்திரிகையில் விலக்கப்பட்ட கிறிஸ்தவர்களுக்கோர் விளக்கம் என்னும் வியாசத்தில் திருச்சி அந்தோணி என்பார் தாழ்த்தப்பட்ட ஒடுக்கப்பட்ட விலக்கப்பட்ட கிறிஸ்தவர்களுக்காக யாரும் ஒன்றும் பேசுவது கிடையாது. தாழ்த்தப்பட்ட இந்துக்களைப் போலவே நாங்களும் பலவகையிலும் நசுக்கப்பட்டு வருகின்றோமென்று மிகப் பரிதாபத்தோடு பகர்ந்தார் என்று ஒருவர் எழுதியிருக்கிறார். அவர் கூற்று உண்மையல்ல வென்பதை பொதுக்களுக்குத் தெரிவிக்கவே இச்சிறு வியாசத்தை யெழுதினேன். இனியாகிலும் மேற்குறித்த நண்பர் உண்மையைத் திரித்துக் கூறும் செயலை விடுவாராக.

திராவிடன், 17 நவம்பர் 1931, ப. 6

4. ஆதிதிராவிடர் அரசியல்

ஆதிதிராவிடர்களுக்கு எச்சரிக்கை – பெ. தா. அலெக்சாந்தர்

கனதனவான்களான நமது ஆதிதிராவிட தலைவர்களுக்கும் ஆதி திராவிட சங்கத்தின் அங்கத்தினர்களுக்கும் எமது எச்சரிக்கை என்னவெனில், தற்காலம் நாம் இருதலைகொள்ளிகிடை நடுவில் ஊறும் எறும்புக்கு சமானமாயிருக்கிறோம். இந்த நெருக்கடியான சமயத்தில் நம் சகோதரர்கள் ஒவ்வொருவரும் முன்வந்து உழைக்கவேண்டும். ராயல் கமிஸன் வந்து என்ன செய்யப்போகிறதென்பதை முன்னமே நன்குணர்ந்த பார்ப்பனர்களும் அவர்கள் பாதமே கதியென தொழுது வரும் பிராமணரல்லாத சிலரும் பகிஷ்காரம்! பகிஷ்காரம்!! என தொண்டை கிழிய சத்தம் போடுகிறார்கள் ஏன்? காரியம் மிஞ்சிப் போய்விட்டது என்ற மனவருத்தம் கொண்டேயல்லது வேறல்ல. "ஆதிதிராவிடர்கள் கண்விழித்துக் கொண்டனர். இப்பொழுது நாம் ராயல் கமிஷனை வரவேற்போமானால் சர் சைமன் அவர்கள் முன்பாக திராவிடர்கள் சாக்ஷியம் சொல்லும்போது நாம் செய்துவந்த சூழ்ச்சிகளும் முட்டுக்கட்டைகளும் வெட்டவெளிச்சம் போல் வெளியாகிவிடும். அவைகளை கமிஷன், பாராளுமன்றத்தில் வெளியிட்டால் அவ்வெள்ளையர்கள் இந்தியா தற்சமயம் சுயராஜ்யத்திற்கு தகுதியாய் இல்லையென தீர்மானித்துவிடுவார்கள் அல்லது இன்னும் அதிகப்படியான உரிமைகளை திராவிடர்களுக்கு வழங்கிவிடுவார்கள். அதன் பின் அந்த அதிகமான செல்வாக்கைக்கொண்டு பார்ப்பனீயத்தை ஒழித்து முன்னேறிவிடுவார்கள். அப்புறம் நமது கதி அதோகதியாய் சாஸ்திர மூட்டையை சுமந்து திரிவதே நமது தொழிலாய் ஏற்பட்டுவிடும்" என அறிந்து பிராமணர்களும் அவர்கள் தொண்டரும் இதுதான் தக்க சமயமென துடைதட்டி ராயல் கமிஷனை பகிஷ்கரியுங்கள் எனச் சந்து பொந்துக்களிலும், மேடைகளிலும் கூச்சலிட்டு வருகின்றனர். ஆதிதிராவிட சகோதர, சகோதரிகளே! எழுமின் இந்த கருணை நிறைந்த கவர்மெண்டார் நமது நடுவில் இருக்கும்போதே மேல்ஜாதி என்று சொல்லிக்கொள்பவர்களான பிராமணர்களும், இவர்

போன்ற இன்னம் இதறர்களும் நம்ஜாதி ஏழைகளுக்கு செய்துவரும் சூழ்ச்சிகளையும் கொடுமைகளையும் எடுத்துச்சொல்லித் தீர்த்துக் கொள்ளவேண்டும். இன்னம் "தப்பு" அடிக்கப்படாதென நம் சங்கங்கள் செய்த தீர்மானத்தை ஆதரித்தவர்கள் பட்டபாடும் அவர்கள் வீடுகள், சேரிகள் தீக்கிரையானதும் கண்டு கண்ணீர் விடாதார் உண்டா? சகோதர சகோதரிகளே, நம்மில் பெரும்பான்மையோர் நகரவாசிகளாய் பெரிய பட்டணங்களில் வசித்து வருவதினாலும் கிராமங்களுக்கு அடிக்கடி போய் வந்திராததாலும் நம்மில் பலர் அநேகர் இதர ஜாதிகளால் நிகழும் இடுக்கண் என்ன வென்பதையும் அறிய இடமேற்படாமல் போகின்றது. காரணம் "நாம் வெள்ளை வேட்டி பறையன் நம்மையார் இந்த டவுனில் விலகிநில் என்று சொல்லக்கூடும் நாம் சப்பாத்திட்டு உலாவிவருவதையார் தடுக்கக் கூடும்" என்று தமக்கு ஓர் இடைஞ்சலும் இல்லாததினால் தமது இனத்தவரும் பட்டிகளில் அவ்வித மிருக்கிறார்களென்றும் எண்ணி விடுகிறார்கள். அந்தோ! பரிதாபம்!! நம் தலைவர்களோ நமக்கு இன்னும் தேவையானதெது என்பதை அறியாதவர்கள் போலேயே இன்னம் மௌனமாயிருக்கின்றனர். ஆகையால் நாம் நமது குறை களை எடுத்துச்சொல்ல ஆங்காங்கு கூட்டங்கள் கூடுங்கள். உங்களிற் சிலர் "குலத்தைக்கெடுக்கவந்த கோடாரிகாம்பு"களாய் முட்டுக் கட்டையிடுபவர்களுக்கு உங்களால் இயன்றமட்டும் நற்புத்தி புகட்டுங்கள். அதற்கு செவிசாய்க்காதவர்களை லட்சியம் செய்யாமல் நமது இனத்தவர் முன்னிலமைக்கு வரவேண்டுமென்பதை கடை பிடித்து பசி, தாகம், சரீர பிரயாசை பணச்சிலவு இவைகளை கவனியாதபடி ஊக்கமாய் உண்மையோடு உழைப்பீர்களானால் நாம் திட்டமாய் முன்னேறுவோம். கூட்டங்களில் நம்முடைய நிலை மையை அறியாதவர்களுக்கு நமது குறைகளை தெளிவாய் எடுத்துச் சொல்லுங்கள். நீங்கள் கூடும் கூட்டங்களில் வீண் குதர்க்கங்களை உங்களுக்குள் வளக்கவேண்டாம். அதாவது நான் "கிருஸ்தவன் நீ இந்து" என்ற வீண்வாதங்கள் எழும்பி தாண்டவமாடி விடுகிறது. அது நமது நலனுக்கு சற்றும் பொருத்தமாகத் தோன்றவில்லை. இரு கரங்களுமற்றவன் எங்ஙனம் ஓர் பளுவைத்தூக்க சக்தியற்றவ னாகிறானோ அவ்விதமும் ஒரு கரமுடையவன் ஒரு பளுவை தூக்க எங்ஙனம் பின்னடைகிறானோ அவ்விதமுமல்லாமல் இருகரங்களு முடையவரைப்போல் இரு மதஸ்தினரும் கூடி இப்பெரும் காரியத்தை உங்கள் நடக்கையில் செய்து உங்கள் ஒவ்வொருவருடைய உரிமைகளையும் நிலைநாட்ட உங்களை அன்பாய் வேண்டுகிறேன்.

நிற்க நீங்கள் கூட்டங்களை வெகுதுரிதமாய் கூட்டி ஒவ்வொரு கூட்டத்திலும் உங்களுக்கு (பிறரால்) விளையும் இடுகண்களையும் உங்களுக்கு வேண்டியவைகளையும் வெகுதெளிவாய் எடுத்துக் காட்டும் மகஜர் ஒன்று தயாரித்து நேரே நமது தலைவர்களுக்கும் கமிஷனுக்கும் அனுப்பிவையுங்கள். அதில் முக்கியமாய் குறிப்பிட வேண்டியது 1-வது நம்மை இக்கெதிக்காளக்கின மனுதர்ம சாஸ் திரமும் அதனால் ஏற்பட்ட கொடுமைகளும் ஒழிக்கப்பட வேண்டும். 2-வது இம்மாதம் சென்னைக்கு வரப்போகும் ராயல் கமிஷனை சந்தோஷமாய் வரவேற்க அறிகுறியாக அன்றுதினம் எல்லா ஆலயங் களிலும் ஆதிதிராவிடர் ஆலயபிரவேசம் செய்ய எல்லா ஜாதி இந்துக்களும் இடம் தரவேண்டும். 3-வது அல்லாமலும் எல்லா பிராமணர்கள் சேரியின் ரஸ்தாக்களில் ஆதிதிராவிடர் ஊர்வலம் வர இடங்கொடுக்கப்படவேண்டும். 4-வது நமக்கு வேண்டிய சகல காரியங்களையும் கவனிக்க ஜில்லா போர்ட், தாலுக்கா போர்ட், கல்வி இலக்கா, சுகாதார இலக்கா இவைகளில் நம்மரபினருக்கு என்று அதிகமான ஸ்தானம் கொடுக்கப்பட வேண்டும் குறிப்பிட்டு எழுதி தெரிவியுங்கள். கமிஷனை ஆதரிக்கும் தொண்டர்களாவகும் சென்னைக்கு செல்லுங்கள். போகும்போது உங்கள் கைகளில் ஓர் தடிவெள்ளைக் கொடியுடன் பிடித்து புரப்படுங்கள். நமது ஆதி திராவிடரின் இரத்தம் பூமியில் சிந்தினாலொழிய நமக்கு ஆலயங்களில் இடம் கிடைக்காதென்றும் பொது ரஸ்தாக்களில் நடக்க உரிமை வழுங்கப்படமாட்டாதென்றும் நமது மக்கள் முன்னேற்றமடைய மாட்டார்களென்றும் நான் உறுதியாய் சொல்லுவேன்.

பெ. தா. அலெக்சாந்தர்,

உண்மை குலாபிமானி, கொளும்பு.

குடி அரசு, 26 பிப்ரவரி 1928, மாலை. 3, மலர். 44, ப. எ.

கோபிசெட்டிபாளையம் தாலுக்கா போர்டும் ஆதிதிராவிடர்களும்
– கெ.எம். தானியேல் மேஸ்திரி

கோபிசெட்டிபாளையம், பவானி ஆகிய இரு தாலுக்கா போர்டு தொடங்கிய முதல் கொண்டு ஆதிதிராவிடர்களுக்கு நாமினேஷன் களிருந்தும் இத்தாலுகாக்களில் பெரிய ஜன சமூகமுள்ள ஆதி திராவிடர்களில் ஒரு பிரதிநிதியேனு மில்லாமலிருப்பது ஒரு குறைவேயாகும். இக்குறைவால் ஆதிதிராவிடர்கள் போடும் விண்ணப் பங்களுக்கும் பதிலே வராமற் வருந்துகிறவர்களாக இருக்கின்றனர்.

உதாரணம் பவானி தாலுக்கா அந்தியூருக்கு அடுத்த புதுப்பாளையத்தில் சுமார் நாற்பது வீட்டுக்காரர்கள் ஆதிதிராவிடர்கள் தண்ணீருக்கு கண்ணீராய் அழுது இதனால் புழைக்கும் ஜீவியமும் கெட்டு பட்டினி கிடந்து வருவதாக பல பிட்டீஷன்கள் எழுதியும் சென்ற ஆடி மாதம் ஈரோடு குடி அரசு பத்திரிகையில் பிரசுரம் செய்திருந்தும் நாளது பரியந்தம் யாதொரு பதிலுமில்லை. இந்த திக்கற்ற ஏழைகள் விண்ணப்பத்துக்கு தாலுக்கா போர்டில் ஆதிதிராவிடர்களுக்கு 1 மெம்பரிருந்தால் இம்மாதிரி பிட்டீஷன்களுக்குப் பதிலில்லாமலிருந் திருக்காது. கோபிசெட்டிபாளையம் டிவிஷன் தாலுக்கா போர்டுக்கு 2 ஆதி திராவிட பிரதிநிதிகளை நாமினேஷனில் எடுக்கும்படியாய் மகா-ஸ்ரீ- கோபிசெட்டிபாளையம் டிவிஷன் டிப்டி கலெக்டர் அவர்களுக்கு மனுச்செய்து கேட்டிருக்கிறது. இரு தாலுக்காவிற்கும் ஆதிதிரா விடர்களில் இரண்டு பிரதிநிதிகள் நியமித்தால் இவர்களின் துன்பம் நீங்கி சுகமடைந்து ஆதிதிராவிடர்கள் மிகுவிரைவில் முன்னேறிச் செல்லுவார்கள். அப்படிக்கின்றி வெறும் பேச்சு பயன் தராது. பெருந்தலையூரில் 120 வீட்டுக்காரர் ஆதிதிராவிடக் குடிகளிலிருந்தும் அந்தக் கிராமப் பஞ்சாயத் கோட்டில் ஒரு பிரதிநிதியேனுமில்லை. காருண்ணியம் பொருந்திய கவர்ன்மெண்டார் அவர்கள் கவனித்து தாலுக்கா போர்டுக்கு 2 மெம்பர்களும் பெருந்தலையூர் கிராம பஞ்சாயத் கோர்ட்டுக்கு ஒரு பிரதிநிதியும் நாமினேஷனில் எடுத்து ஆதரிக்க தாழ்மையுடன் கேட்டுக்கொள்ளுகிறோம் என்று பெருந் தலையூர் கெ.எம்.தானியேல் மேஸ்திரி தெரிவித்துக் கொள்ளுகிறார்.

(குடி அரசு, 29 ஜனவரி 1928, மாலை 3, மலர். 40).

தாழ்த்தப்பட்டவர்களின் கோரிக்கை – அம்பத்கார் – சீனிவாசன் அறிக்கை

லண்டன், டிச, 31

நாளை கூடும் மைனாரிட்டி சப் கமிட்டி கூட்டத்தில் டாக்டர் அம்பத்கார் தாழ்த்தப்பட்டவர்களின் கோரிக்கைகளை ஆஜர் செய் வார். அவரும், திரு சீனிவாசனும் ஒரு ஜாயிண்டு அறிக்கையை மகாநாட்டுக்கு அனுப்பி யிருக்கின்றனர். அதில் அவர்கள் தங்க ளுடைய பாதுகாப்புக்களைப் பற்றியும், தாங்கள் எந்தெந்த நிபந் தனைகளின்கீழ் சுயாட்சி இந்தியாவில் பெரும்பான்மையோரின் ஆட்சியை ஒப்புக்கொள்ளக் கூடுமென்றும் குறிப்பிட்டிருக்கின்றனர்.

அவ்வறிக்கை தாழ்த்தப்பட்டவர்களின் பூர்வாங்க உரிமைகளைப் பற்றி விவாதிக்கையில், எல்லா உரிமைகளையும் அனுபவிக்கத் தங்க ளுக்குப் பிரஜா உரிமை அளிக்கப்படவேண்டுமென்றும், அத்தகைய

உரிமைகளில் தலையிடாதபடி போதுமான பாதுகாப்பு அளிக்கப்பட வேண்டுமென்றும் கூறுகிறது.

மேலும் அவ்வறிக்கை விவாதிக்கையில், தங்களுடைய நியாயமான உரிமைகளுக்கு ஆபத்து வருவதைத் தடுக்க வேண்டுமானால் சமூக பகிஷ்காரம் சட்டப்படி ஒரு குற்றமாகுமென்று விதிகள் செய்யப்பட வேண்டுமென்றும் கூறுகிறது. அவ்வறிக்கை மேலும் விவாதிக் கையில் வருங்கால தேசத்தின் சட்டங்களும் சர்க்கார் உத்திரவுகளும் எல்லா வகுப்பினருக்கும் ஒன்று போலிருக்க வேண்டுமென்றும், தாழ்த்தப்பட்டவர்கள், கல்வி ஸ்தாபனங்கள் மற்றும் பொது ஸ்தாபனங்களை உபயோகப்படுத்த சமஉரிமை அளிக்கப்படவேண்டு மென்றும், உத்தியோகம் சம்மந்தமாக சட்ட பூர்வமான விதிகள் ஏற்படுத்தப்படவேண்டுமென்றும் கூறுகிறது.

திராவிடன், 01 ஜனவரி 1931, மலர். 15, இதழ். 29, ப. 4.

எம்.சி.ராஜா பேச்சு

ராமநாதபுரம் ஜில்லா ஆதிதிராவிடர் மகாநாட்டில் எம்.சி.ராஜா தலைமை வகித்துப் பேசியதாவது, பெரும்பான்மை இந்து சமூகத் துக்கு தாழ்ந்த வகுப்பார்பால் மனமாறுதல் ஏற்பட்டிருப்பதாய் குறி காணப்படவில்லை. ஆதி திராவிடர்களின் குறைகளும் உண்மையான தாகும். திரு. காந்தி தாழ்ந்த வகுப்பார் பிரச்சினையைத் தீர்க்காமலோ அல்லது ஜாதி கெர்வம் கொண்ட ஜாதி இந்துக்கள் தாழ்ந்த வகுப் பாரை ஒடுக்குவதைத் தடுக்க பாதுகாப்புகள் ஏற்படுத்தாமலோ லண்டனுக்குப் போகக்கூடாது. இவ்விதமாக ஏதாவது ஒன்றும் செய்யாமல் அவர் வட்ட மேஜை மாநாட்டுக்குச் செல்வாரானால், ஜன சங்கையில் ஆறில் ஒரு பாகமாயிருக்கும் தாழ்ந்த வகுப்பாரை ஜாதி இந்துக்களின் கொடுமைகளிலிருந்து பாதுகாப்போராக தாழ்ந்த வகுப்பார் கருத முடியாதாகையினால் அவர் இந்தியா முழுவதுக்கும் பிரதிநிதியில்லை என்று தெளிவாக விளம்பரப்படுத்திவிட வேண்டும். இதைத் திரு. காந்திக்கு நன்றாகத் தெரிவிக்க வேண்டும். ஜாதி இந்துக்களிடமிருந்து தாழ்ந்த வகுப்பாரை காக்க திரு. காந்தி அவசியமான ஏற்பாடுகள் எதுவும் செய்யவில்லையானால் சுயநல மில்லாத திரு. ஐசக்புட், திரு. பென்னர் பிராக்வே போன்ற இந்திய நண்பர்களுக்கு இவ்விஷயத்தைத் தெரிவிக்கவேண்டும். தனித் தொகுதி மூலமாகத்தான் அடுத்த அரசியல் சீர்திருத்தத்தில்

நமது சமூகத்துக்கு அரசியல் உணர்ச்சியை உண்டாக்க முடியும். வில்லிங்கடன் பிரபு அநுதாபமுடைய வைஸ்ராய். நமது குறைகள் எவ்வளவு உண்மையானவை என்பது அவருக்குத் தெரியும். நமது கோரிக்கையை அவருக்கு நாம் தெரிவித்தால் புதிய அரசியல் சீர்திருத்தத்தில் அதிகாரத்தைப் பகிர்ந்து கொடுப்பதில் நமது நன்மைகளைப் புறக்கணிக்காதபடியும் பலிகொடுத்துவிடாதபடியும் அவர் பாதுகாப்பார் என்று நான் நிச்சயமாக நம்புகின்றேன்.

திராவிடன், 23 மே 1931, மலர் 16, இதழ் 16, ப . 5.

பண்டித ஜவஹர்லால் அவர்கட்கு!
ஆதி திராவிடர்களின் வரவேற்புப் பத்திரம்

தூத்துக்குடி, மே. 22. தூத்துக்குடி ஆதிதிராவிட ஐக்கிய சங்கத்தின் சார்பிலும், ஆதிதிராவிட வாலிப கல்வி அபிவிர்த்தி சங்கத்தின் சார்பிலும் தங்களின் நல்வரவை கெம்பீரத்தோடும் ஆர்வத்தோடும் வரவேற்கின்றோம்.

பொங்கிப் புரளும் மகா சமுத்திர அலைகள்போல, தற்காலம் சுதந்தர தாகம் மேலிட்டு நமது நாட்டிலெங்கடும் நிலவி வரும் சத்யாக்கிரக அஹிம்சைப் போரில், இந்திய வாலிபர்களுக்கு ஊக்கமும், அஞ்சாநெஞ்சமும் ஏற்படச் செய்தவீரர்களுக்குள் தலைசிறந்து விளங்கி சமத்வம் சகோதரத்வம் முதலிய பொது உடமை ஜனநாயகக் கொள்கை களை நிலைநாட்ட வந்த இளஞ் சிங்கமே நின் வரவு நல்வரவாகுக.

சமயபேதம் ஜாதிபேதம் தீண்டாமை, பார்ப்பான் பறையன், முதலாளி தொழிலாளி, பணக்காரன் ஏழை என்ற பிளவுப் பிசாசை சமத்வம் என்னும் அக்கினியால் சுட்டெரித்து பரதமண்டல மக்களை ஒரே தாய் பெற்ற சகோதரர்போல நேசித்துவரும் இளவலே!

ஒடுக்கப்பட்ட வாலிபர்களாகிய நாங்கள் கொடுக்கும் வரவேற்பு பிராமண தர்மத்திற்கு முரண்பட்டதாயினும் அவைகளை எல்லாம் அப்புறப்படுத்தி இந்தியாவெங்குமுள்ள சுமார் ஏழுகோடி மக்களைத் தீண்டாதார் என்று வீணாகச் சொல்லிக் கொண்டு தென்னிந்தியா விலுள்ள லக்ஷக் கணக்கான ஆதிதிராவிடர்களுக்கு உயர்ந்த ஜாதியார் என்று சொல்லிக்கொள்பவர் செய்யும் அநீதிகளைத் தங்களிடம் சொல்லி ஆயாசப்படுத்துவது தகாதாகினும் காலமும் சந்தர்ப்பமும் தங்களைக் கஷ்டப்படவிடாதென்று நம்புகின்றோம்.

வீரத்தில் ஐஸ்வரியமுடைய வள்ளலே

மதகெர்விகளாகிய பிராமணர்களும் சைவர்களும் அவர்கள் தம் சகாக்களும் ஆதிதிராவிட மக்களை பொது ரஸ்தாக்களில் நடக்க விடாமலும் மோட்டார்களில் பிரயாணஞ் செய்யவிடாமலும் பெண் களை ஆபரணமணிந்து கொள்ள விடாமலும், மேலாடையின்றி நின்று தங்கள் எஜமான் வீட்டு நன்மை தின்மைகளில் குலவையிடச் சொல்லியும் அப்படிச் செய்யாதவர்களை ஊரைவிட்டு ஓட்டுவதுமான தீயசெயல்களை சென்னை ராஜதானியில் வெளிவரும் ஒவ்வொரு இங்கிலீஷ், தமிழ் பத்திரிகைகளிலும் பார்த்தும், கேட்டுமிருக்கலாம்.

மனச்சாக்ஷியுடைய அருள்வள்ளலே

தேசாபிமானிகளால் 43 வருடங்களாய் நடத்தப்பட்டு வரும் நேஷனல் காங்கிரசில் தீண்டாமையை அறவே நீக்கத் தீர்மானம் நிறைவேறியிருந்தாலும் அது பெயரளவேயன்றி செயலளவில் இல்லை. மகாத்மா காந்தி தண்டியில் உப்புச் சத்தியாக்கிரகம் செய்யச் சென்ற காலத்தில் அவரோடு சென்ற வடநாட்டு ஒடுக்கப்பட்ட வாலி பர்களை ஊருக்குள் வரவிடாதிருக்க ஜாதி இந்துக்கள் தந்திரஞ் செய்து நந்தவனத்தில் வரவேற்ற சங்கதிகளையும் தாங்கள் பத்திரிகை களில் பார்த்திருப்பீர்களென்று ஞாபக மூட்டுகின்றோம்.

ஆகவே இவ்விதமான அநீதிகளைச் செய்யும் ஜாதி இறுமாப்புள்ள தென்னிந்திய காங்கிரசார் அல்லது இதர கக்ஷியார்களைப் பற்றி, இருதய திடனோடு பட்டயம் உருவி போர்புரியக் கூடிய சக்தியுள்ள சுமார் ஐந்து லக்ஷம் ஆதிதிராவிட வாலிபர்களின் இருதயம் என்ன பாடுபடுமென்பதை சுதந்தரதாகம் மிகுந்த தங்களுக்கு எடுத்துக்காட்ட தேவையில்லை. தாங்கள் செல்லும் இந்தத் தென்னிந்திய சுற்றுப் பிராயணத்தில் இவ்விஷயங்களை நேரில் கண்டுகொள்ளலாம். அத் தோடு திருநெல்வேலி ஜில்லா காங்கிரஸ் தலைவர்கள் தீண்டாமை விலக்கிற்கு யாதொரு முயற்சியும் எடுத்துக் கொள்ளாமலும் பொது நலங் கருதி தகுவன செய்யாது, தன்னலங் கருதி தகாதன செய்தும், பதவி வேட்டைக்காக அலைந்தும் திரிகிறார்கள் என்பதை உறுதியாகச் சொல்லுகிறோம். உதாரணமாக எங்கள் திருநெல்வேலி ஜில்லாவில் இந்த இரண்டு வருடங்களாக மாறியிருக்கிறார்கள் என்பதினாலேயே தாங்கள் அறிந்து கொள்ளக் கிடக்கின்றதாயிருக்கின்றது.

ஆனதால் இந்த ஆதிதிராவிட ஏழை மக்களின் குறைபாடுகளைத் தாங்களேநியாயம்தீர்த்துவிடும்படிவிட்டுவிட்டு, தங்களுடையசுற்றுப் பிரயாணம் மனமுவந்த யாத்திரையாய் நிறைவேறவேண்டுமென்று விழைகின்றோம்.

ஆதிதிராவிட வாலிப கல்வி அபிரவிருத்தி சங்கத்தார்.

திராவிடன் 28 மே 1931, மலர். 16, இதழ். 21, ப. 6.

ஆதிதிராவிடர் கட்கு வேண்டுவ தென்ன?

தனித்தொகுதியே வேண்டும் – சிந்தாதிரிப்பேட்டை திரு. மு. கோவிந்தராமன்

பல்லாண்டுகளாக பார்ப்பனர் ஆதிக்கத்தாலும் பார்ப்பனர் வால் பிடிக்கும் ஜாதி ஹிந்துக்கள் ஆதிக்கத்தாலும் ஆதிதிராவிட மக்களாகிய நாம் இன்றும் மிருகங்களிலும் கேவலமாக அடிமை வாழ்வு வாழ்ந்து வருகிறோ மென்பதற்கு கையமில்லை. கூட்டுத்தொகுத்திக்கு லண்டனில் போராடிய காங்கிரஸ் தலைவர்களும், காங்கிரஸ் அனுதாபிகளாகிய பார்ப்பனர்களும், ஜாதி ஹிந்துக்களும், ஆதிதிராவிடர்கள் விமோ சனத்திற்கு ஞாயமாய் ஏதாகிலும், செய்திருக்கிறார்களா? இல்லையே, பொது கிணறு, பாதை, சத்திரம், சாவடி, கோயில், ஓட்டல், மயிர் சுறைக்கும் அம்பட்டன் கடை முதலி யிடங்களுக்கு நாம் உரிமை பெற்று செல்வதற்கு லைசன்ஸ் கொடுத்திருக்கிறார்களா? மத த்தின் பேராலும், சாமியின் பேராலும் புராணத்தின் பேராலும் பணம் கொழுப்பாலும் ஆங்கிலிய படிப்பு திமிராலும், கிஞ்சிற்று மிறக்க மில்லாமல் நம்முடைய உரிமைகளை பரிமுதல் இன்றும் செய்து வருகிறார்கள். இந்நிலையில் நமது தலைவர், எம்.சி.ராஜா ராவ் பகதூர் அவர்கள் கூட்டுத்தொகுதிக்கு புதியடில்லியில் ஆதரவு அளித்துள்ளதைப் பற்றியான் ஆச்சரியப்பட வேண்டியதாயிருக்கிறது. குருவாயூர் நாசி முதலியிடங்களில் ஆதிதிராவிடர் மக்கள் கோயில் சத்தியாக்கிரகம் புரிந்த பாக்கியம் என்னகதியாயிற்று யென்றால் ஆதி திராவிடர் மக்கள் தட்டி யெழுப்பிவிட்ட தென்றே கூறவேண்டும்? குருவாயூர் பார்ப்பனர்களும் வால்பிடிக்கும் ஜாதி ஹிந்துக்களும் நம் மக்கள் சத்தியாக்கிரகிகளுக்கு சொல்லொண்ணா கொடுமைகளை செய்து வந்துள்ளதை நாமும் நம் தலைவர்களும் இதற்குள் மரந்து விட்டோமா? இல்லையே. மதபக்தி நிறைந்த மக்களுக்கு சம உரிமை கொடுக்க எண்ண மில்லாமல் கூட்டத்தார் மீது நமது தலைவர் ராவ் பகதூர் எம்.சி.ராஜா அவர்கள் பரபர நல்லுணர்ச்சி வைத்து கூட்டுத்

தொகுதிக்கு ஆதரவாய் அளித்த தை யான் மறுமுறையும் ஆச்சரியப் பட வேண்டியதா யிருக்கிறது. இரண்டாவது என் சமுகத்தினடை கூட்டுத்தொகுதி விஷயமாய் ஆதிதிராவிடர் சிலரை யான் தட்டிப் பார்த்தேன். கூட்டுத்தொகுதி என்ற சொல் வங்காளகுடா கடலில் ஏறிந்துவிடும்படிவீர முழக்கம் புரிகிறார்கள். நாமும் இந்தியாவும் சம நிலைக்கும் இன்னும் வரவில்லை. இப்பொழுது சிறிது காலமாதமாய் தான் ஜாதி ஹிந்தியர்க்குள் சுதந்திர உணர்ச்சி தோன்றிருக்கிறது. அவர்களுக்குள்ளிருக்கும் வைதீக மூடக்கொள்கை மனிதரை மனிதர் தொடக்கூடாது, பார்க்க கூடாது, கிட்டவரக்கூடாதென்ற முட்டாள் தனமான சண்டி பிடிவாதம் கொள்கைகளை இன்னுமட்டும் விட்டார்கள் இல்லையே! இந்தியா விலக்கப்பட்டிருக்கும் ஊழல்களையெல்லாம் ஒழித்துவிட பார்ப்பனர்களும் ஜாதி ஹிந்துக்களும் முன்றுவிட்டனரா? இல்லையே. மக்கள் ஒன்று படதடையாயிருக்கும் பிரிவுகள் பேதங்கள் சிக்கல்கள் வழக்கங்கள் யாவும் சென்றவிடந் தெரியாமற்சென்று தொலைந்தனவா? இல்லையே. கூட்டுத் தொகுதியை எக்காரணத் தைக் கொணர்ந்து ஏழைமக்கள் அனுசரிப்பது எங்கணம் பொருந்தும்? காங்கிரஸ் இடத்திலும் ஜாதி ஹிந்துக்களிடத்திலும் தீண்டாமை வெறும் பேச்சாகவே யிருக்கிறது. இந்நிலையில் நமக்கு ஏதற்கு கூட்டுத் தொகுதி வேண்டும். இந்தியா நிலைமையும் நம் சமூக நிலைமையும் அடிமை வாழ்வு வாழ்ந்து வருகிறது. நமது தலைவர் அவர்கள் கூட்டுத் தொகுதிக்கு பெரும் ஆதரவு அளித்தது பெரும் விந்தையாக வேயிருக்கிறது. ஆகவே என் ஆதிதிராவிட வாலிபர் களே! என் குல தலைவர்களே பெரியோர்களே நம் சமூகத்திற்கு எல்லாவிதமான உரிமைகள் கிடைக்கும்மட்டும் நாம் தனி தொகு திக்கு சாத்வீக முறையில் போராட வேண்டும்... ...(பத்திரிகையில் இவ்வாறு கோடிட்டுள்ளது) நாமும் நாம் சமூகமும் மந்தவர்களை போல் இந்நாட்டில் தலைநிமிர்ந்து சுயேத்தையாய் வாழவேண்டு மானால் நம்முடைய யுரிமைகளுக்கு நம்முடைய உயிரையும் விட்டு சாத்வீக முறையில் போராட வேண்டும். நம் சமூகம் சுயேச்சைக்கும் முன்னேற்றத்திற்கும் யீன்ற மட்டும் சாத்வீக முறையில் தியாகம் புரிய வேண்டும். தலைவர்கள் வௌவால்களாக இருக்கக்கூடாது. சுயநல முதலிய விஷயங்களை தூர எறிந்துவிட்டு மக்கள் முன்னேற்றத்திற்கு வர வேண்டுமென்ற கொள்கையை மனதில் வைத்துக் கொள்ள வேண்டும். ஆகவே ஆதிதிராவிடர்களே உறக்கத்தினின்று விழித்துக் கொண்டு தனித் தொகுதி விஷயமாய் அரசாங்கத்தாரிடத்தில் பட்ட வர்த்தனமாய் குறைகளை செப்பனிட்டு காற்றுள்ள போதே தூற்றுக்

கொள்ள வேண்டும். நமக்கு எந்த காலத்தில் உரிமைகள் கிடைக் கின்றதே அந்தகாலத்தில் கூட்டுத்தொகுதியை அனுசரிக்காலம்.

திராவிடன், 17 பிப்ரவரி 1932, ப. 6.

தீண்டாமையும் இந்தியாவும்

அரசாங்கத்துக்கோர் வேண்டுகோள்

சிந்தாதிரிபேட்டை திரு. மு. கோவிந்தராமன் எழுதுவது

இன்று இந்தியா உலகத்திலேயே முக்கியமான பிரச்சினையே தாண்டவமாடிக் கொண்டு வருகிறது. இவ்வரசியல் காலத்தில்கூட அநேக கோடி ஜனங்கள் அநேகவித ஜாதி வித்தியாசமாய் மிருகங் களிலும் கேவலமாக இந்நாட்டில் முரண்பாடாய் வாழ்ந்து இருக்க லண்டன் வட்டமேஜை மாநாட்டில் நடந்தேறிவரும் சுயராஜ்ய சமரஸத்தைப் பார்த்தால் ஒரு மாபெருஞ் சமூகமாகிய 7 கோடி தீண்டாதார் மக்கட்கு வியப்பாய் தோன்றுகின்றது. ஆனால் தற்போது மகாத்மா காந்திஜி பெரியாரும், காங்கிரஸ் அரசியல் வாதிகளும் சுயராஜியத்திற்குத் தங்களால் இயன்ற மட்டும் பார்த்து இந்தியா வுக்குத் திரும்ப வேண்டியதாயிருக்கிறது. ஒரு சமயம் பிரிட்டிஷார் தங்கள் சுயநலத்தைக் கொண்டும் அல்லது சட்ட மறுப்பு முதலிய போராட்டத்திற்குப் பயந்தோ மகாத்மா காந்திஜிக்கு சுயராஜ்யம் கொடுக்கும் பட்சத்தில் பிரிட்டிஷ் சர்க்கார் முதல் மந்திரி ஸர் சாங்கி முதலியவர்களுக்கும் எல்லா விதத்திலும் தீர்க்க பரிசீலனை செய்து கொடுக்க வேண்டும். இந்தியர் கேட்கும் இந்தியா நாட்டுக்கும், சேவை புரியவேண்டுமென ஸார்ட்ட ரீடிங் பெருமான முதலிய மேதாவிகளும் 9-11-31யில் காந்தி பத்திரிகையில் ராஜீய கிருஸ்து என்று எழுதிய லேடி டிரங் மண்டஹே போன்ற பிரிட்டிஷ் சீமாட்டிகளும் அனுதாபிகளுமிருக்கலாம். ஆனால் ஞாயம் சத்தியம் உள்ளமட்டும் கட்டாயம் சித்தியாகு மென்பதற் கையமில்லை. இந்தி யாவில் கொட்டினால் தேள் கொட்டாவிட்டால் பிள்ளை பூச்சி என்னு எண்ணுவோர் சிலர் இருக்கின்றார்கள், அவ்விஷமிகள் நெஞ்சுணராது சுயராஜிய திட்டத்திற்கு சமரஸம் பிரிட்டிஷார் செய்வித்தால் எங்கள் சமூகம் 7.5 கோடி மக்கள் மிருகங்களிலும் கேவலமாக நாளது மட்டு மிருப்போம். இதைப் பிரிட்டிஷ் சர்க்கார் உணரவேண்டும். பிரிட்டிஷ் அதிகார வருக்கம் கண்மூடி தனியாய் தீண்டாமைக்கோர் சட்டம் வகுத்திருக்கிறது. இந்த பாழும் சட்டத் தினால்தான் குற்றமற்ற வொரு மாபெருஞ் சமூகம் நாளது மட்டும்

எல்லாவிதத்திலும் நசுக்குண்டு வருகிறது. பிரிட்டிஷ் சர்க்கார் இந்தியாவுக்கு வந்து 150 ஆண்டுகளுக்குமேல் சென்றுவிட்டது. பிரிட்டிஷ் ஆட்சியில் தீண்டாமை நோய் தாண்டவமாடிக் கொண்டு வருகிறது. தன்னைப்போல் பிறரை நேசிக்கா மிருகத்தன அரசாங்கம் வேடிக்கை பார்த்துக் கொண்டு வருகிறது. அந்தோ பரிதாபம்! வெட்கம்! வெட்கம்! 7கோடி தீண்டாதார் மக்களுக்கு சம உரிமை கொடுக்க எண்ணமில்லாத கூட்டத்தாருக்குச் சுயராஜியம் கொடுக்கம் பட்சத்தில் முதல் ஏழை மக்களாகிய 7.5. கோடி தீண்டாதார் மீது பிரிட்டிஷ் அரசாங்கம் பரஸ்பர நல்லுணர்ச்சி வைக்க ஏழை மக்கள் வேண்டுகோள், நாட்டு விடுதலைக்காக மகாத்மா காந்தி சிறந்த காங்கிரஸ் வாதிகளாகிய பண்டிட் மதன மோகன மாளவியா, ஸ்ரீமதி சரோஜினி நாயுடு முதலிய தலைவர்கள் லண்டனில் விடுதலை பெற இரவும் பகலும் வாதாடிக்கொண்டு இருக்கிறது. இச்சமயத்தில் கூட குருவாயூர், நாசிக் வைதீக பார்ப்பனர்களும் ஜாதி ஹிந்துக்களும் வைதீக திமிர்பிடித்தி மடாதிபதிகளும் அவர்கள் புத்தியை தற்போது காட்டிவிட்டார்கள். தற்போதும் பறைரென்றும் தீண்டாதார் என்றும் பிரிட்டிஷ் அரசாங்கத்தில் மிக்க அவமதிப்பின் வாழ்க்கையிலிருக்கிறோம். இத் தகையை அவமதிப்பின் வாழ்க்கைக்குக் காரணம் சென்று பிரிட்டிஷ் அரசாங்கமே தெரிந்துக்கொள்ள வேண்டும். தெரிந்து கொள்வது அரசாங்கத்து முதற் கடமை. வஞ்சக நெஞ்சமுள்ள சத்தூர்க்களால் உண்டாக்கிய தீண்டாமை நோயை அரசாங்கம் அதிற்கண்டித்து துரத்தாமல் 150 வருடகாலமாய் மேற்படியார் மீது அன்பையும் அனுதாபத்தையும் காட்டி வந்திருக்கிறது. மற்றொரு விபரம் அவர்களது வஞ்சகக் கூற்றும் கண்ட பின்னரும் பழைய கருப்பனாக இருந்து கொண்டு அரசாங்கம் வேடிக்கைப் பார்த்துகொண்டு வருகிறது. ஜாதி ஹிந்துக்கள் நாளது மட்டும் என் மக்கள் மீது அன்பையும் அனுதாபத்தையும் வகித்து சகல மக்களும் சுகம்பெற வேண்டுமென எண்ணமுடையவர்கள் பெரும்பாலும் தேசத்திலில்லாத படியால் அரசாங்கம் மேற்படியார் மீது அனுதாபத்தை நிதாணித்து நடாத்தல் வேண்டும். இத்தேசத்திற்கு வந்துள்ள பார்ப்பனர்களும் சிலரும் ஜாதி ஹிந்துக்கள் சிலரும் விரோத சிதையால் மனிதர்களென்று எண்ணாது மிருகங்களிலும் கேவலமாய் நடாத்தும் அன்பற்றவர்களும் அநுதாபமற்றவர்களுமாகிய கூட்டத்தார் மீது அன்பும் அனுதாபமும் அரசாங்கம் காட்டியிருப்பதாக தெரிகிறது. அப்படி காட்டும் பட்சத்தில் 7.5. கோடி ஆதிதிராவிட மக்கள் அல்லுற்ற அழிந்து விடுவார்கள் ஆதலின் அன்பையும் அனுதாபத்தையும் ஏழைகுடிகளின் மீது முன்பு செலுத்தி பின்பு

சுயராஜ்யம் கொடுக்க முற்பட வேண்டும். எங்கள் பிரதிநிதிகளாகிய டாக்டர் அம்பேத்காரும் ராவ்பகதூர் ஆர். சீனிவாசம் அவர்களும் சில தீர்மானங்களைக் சர்க்காருக்கே விட்டுவிட்டிருக்கிறார்கள். ஆகவே எங்கள் சமூகத் தலைவர்கள் லண்டன் வட்டமேஜை மகாநாட்டிற்கு சில தீர்மானங்களை அனுப்பியிருக்கிறார்கள். அதை அரசாங்கம் தெரிந்து நடுநிலைமை வகித்து சீர்திருத்தம் செய்யும்படி இக்கட்டுரை மூலியமாய் கேட்டு இக்கட்டுரையை முடிக்கிறேன்.

திராவிடன், 10 நவம்பர். மலர். 16, இதழ். 68, ப. 8.

தாழ்த்தப்பட்ட சமூகத்தார்க்கும் அபிமானிகளுக்கும் விண்ணப்பம்

டி.ஏ. சுந்தரம்

தாழ்த்தப்பட்ட சமூகச் சகோதரர்களே, அபிமானிகளே!

நமது சமூகம் அரசியல், சமுதாயத் துறைகளில் மற்ற சமூகத்தார்க்குச் சமத்துவமான நிலையை அடைய வேண்டுமானால், நமக்குத் தனிப் பட்ட தேர்தல் தொகுதி இருந்து தீரவேண்டியது அவசியமாகும். இன்று நம்மை எந்த வகையிலும் முன்னேறவொட்டாமல் தடுத்து நிற்பவர்கள் உயர்ஜாதி இந்துக்கள் என்பதையார் மறுக்கமுடியும்? இத்தகைய உயர் ஜாதி இந்துக்களின் தயவான ஓட்டின் மூலம், சட்டசபைக்குச் செல்லும் பிரதிநிதிகள் எவ்வாறு நமது சமூக விடுதலைக்குத்தயை தாட்சண்யமின்றி பாடுபடமுடியும்?

தனித்தொகுதியையும், வகுப்புத் தீர்ப்பையும் கண்டிப்பதும், பூர்ண சுயேச்சையை விரும்புவதுமான காங்கிரஸினால் நாம் முன்னேற்றமோ விடுதலையோ பெறமுடியாது என்பது நிச்சயம். பூனா ஒப்பந்தத் திற்குப் பிறகு காங்கிரஸ்காரர்கள் நமக்கு என்ன உதவி செய்திருக் கிறார்கள் என்பதை எண்ணிப்பாரத்தால் உண்மை தெரியும்.

நமக்குச்சிறிதளவாது உதவிசெய்து நமது விடுதலைக்குத் துணை யாக இருப்பவர்கள் அரசாங்கத்தாரும் ஜஸ்டிஸ் கட்சினரும், சுயமரி யாதைக் காரர்களுமே யாவார்கள். நாம் அரசாங்கத்தாரை உறுதியாக நம்பி ராஜவிசுவாசிகளாய் இருந்தால்தான் முன்னேற்ற மடையமுடியும். ஆதலால் தற்பொழுதுள்ள நெருக்கடியான நிலையில் நாம் ஒரு மாகாண மகாநாடு கூட்டி நமது சமூக அபிவிர்த்திக்கான திட்டங்களை ஏற்படுத்திக்கொண்டு வேலைசெய்ய வேண்டியது அவசியமாக இருக் கிறது.

ஆதலால், வருகிற மே மாதத்தில் ஈரோட்டில் ஒரு மாகாணமகா நாடு கூட்ட உத்தேசித்து அதற்காக வேலை செய்துவருகிறோம். டாக்டர் அம்பேத்கார், எம்.ஆர்.ஜெயகர் முதலியவர்கள் மகாநாட்டிற்கு அழைக்க ஏற்பாடு செய்திருக்கிறோம். அந்த மகாநாட்டில் பூனா ஒப்பந்தத்தைப் பற்றியும், தனித்தொகுதி முறையைப் பற்றியும் மற்றும் நமது சமூக முன்னேற்றத்திற்கான பல விஷயங்களையும் யோசித்து முடிவு செய்ய உத்தேசம்.

இம்மகாநாட்டிற்கு தோழர் ஈ.வே.இராமசாமி முதலிய பெரியார்கள் உதவியெச்வதாக வாக்களித்திருக்கிறார்கள். உள்நாட்டிலும் வெளி நாட்டிலும் உள்ள தாழ்த்தப்பட்ட சமூகத்தினரும், சமூக முன்னேற்ற அனுதாபிகளும் தங்கள் தங்களாங் இயன்ற அளவு மகாநாடு நடை பெறுவதற்கு வேண்டிய பொருளுதவி செய்ய வேண்டுகிறோம். பொருளுதவி செய்ய விரும்புகிறவர்கள் டி.எ.சுந்தம், காரியதரிசி சென்னை மாகாண தாழ்த்தப்பட்டவர்கள் மகாநாடு, புது வீடி, ஈரோடு என்ற விலாசத்திற்கு எழுதக்கோருகிறோம் என மகாநாட்டு காரியதரிசி டி.ஏ.சுந்தரம் எழுதுகிறார்.

குடி அரசு, 17 பிப்ரவரி 1935, மாலை. 9, மலர். 27, ப. 12.

தாழ்த்தப்பட்ட தோழர்களே விழித்துக் கொள்ளுங்கள்

மாயவலை வீசும் காங்கிரஸாரிடம் சிக்காதீர்கள்

பி, பாலசுந்தரம் பிள்ளை

சகோதர சகோதரிகளே!

இப்போது சென்னையிலும் வெளிநாடுகளிலும் காங்கரஸ்காரர்கள் நம்மவர்களின் உதவியைக் கொண்டு சேரிக்குள் புகுந்து பொய்ப் பிரசாரம் செய்து, நம் சமூகத்தினரை ஏமாற்றி, தங்கள் மாயவலையில் சிக்கும்படி செய்து வருகின்றனர். நம்மவர்கள் உதவி இல்லாவிடில் அக்கங்காணிகள் சேரிக்குள் வரடமுடியாது.

நாமடைந்த பயனென்ன?

காங்கிரஸ்காரர்கள் இதுவரையிலும் நமது முன்னேற்றத்திற்கு என்ன சேவை செய்துள்ளனர்? ஹரிஜனங்களுக்கு பள்ளிக்கூடங்கள் திறந்து வைத்திருப்பதாகவும் தீண்டாமையை ஒழித்திருப்பதாகவும் அவர்கள் கூறுவதைக் கேட்டபது விந்தையாகவே இருக்கிறது. நமக்காக இவர்கள் இத்தனை பள்ளிகளை திறந்திருக்கின்றனர்? அவைகளில்

உபாத்தியாயர்கள் எச்சாதியினர்களா யிருக்கின்றனர்? புனா? ஒப்பந்தம் இன்று என்னவாயிற்று? ஜஸ்டிஸ் கட்சியார் கொண்டுவந்த இனாம் மசோதாவை காங்கிரஸ் ஆதரித்ததா? தீண்டாமையை ஒழித்து வருகி றோம் என்று வாய்ப் பந்தல் போடும் இக்காங்கிரஸ்காரர்கள் சென்னையில் பல ஹோட்டல்களிலும், மயிர்வெட்டும் ஸலூன் களிலும் "தீண்டாதோர் பிரவேசிக்கக்கூடாது" என்று போர்டுகள் போடப்பட்டிருப்பதற்கு என்ன செய்தார்கள்? இதற்குப் பரிகாரஞ் செய்யாத இந்த மூர்த்தி கோஷ்டியாரா நமக்கு உழைக்கப் போகி றார்கள்?

நமக்குரிமை கொடுக்கக்கூடாதா?

தீண்டாமையை யொழிக்கக் கங்கணம் கட்டியிருப்பதாகக் கூறும் இவர்கள் சட்டசபைத் தேர்தலில் தாழ்த்தப்பட்டோராகிய நமக்கு மற்றக் கட்டிசியினரைப்போல் விட்டுக் கொடுக்கக்கூடாதா? உள்ள படியே நமக்கு ஆதரவு அளிப்பவர்களாயிருந்தால் இவர்கள் விட்டுக் கொடுத்திருக்கலாமல்லவா?

இதை நம்மவர்கள் அறியாமல் வயிறு வளர்க்க கைக்கூலி வாங்கிக் கொண்டு அவர்களைச் சேரிகளில் பிரசாரம் செய்ய விட்டுவிடுவது வருந்தத்தக்கதே.

வாசகர்கள் மேலே சொன்ன விஷயங்களை சிந்தித்து காங்கிரஸ் மாய வலையில் விழுந்துவிடாமல் இருக்கும்படி கேட்டுக்கொள்வ துடன் நம் தாழ்த்தப்பட்ட 8 கோடி மக்களுக்கும் முன்னேற்றத்தைத் தேடியுழைக்கும் ஜஸ்டிஸ் கட்சியினரையே ஆதரிக்க வேண்டுமென கேட்டுக்கொள்கிறேன்.

நகர தூதன், 10 ஜனவரி 1937, ப. 7

திருச்சி ஜில்லா போர்டு கவனிக்குமா?

ஹரிஜன முன்னேற்றத்தில்

குடியானவர்கள் தலையிடுவதேன்?

காங்கிரஸ் வாதிகள் காதில் விழவில்லையா? – எஸ்.வி.வி.

ஹரிஜன முன்னேற்றத்திற்காகப் பலர் உழைத்துவரும் இக்காலத்தில் அதற்கு முட்டுக்கட்டையாக குடியானவர்கள் கிளம்பி அவர்களை முன்னுக்கு வரவொட்டாது ஒடுக்கு துன்புறுத்துவது எவ்வளவு பாதக

மானதும் நன்றி கெட்ட செயலும் ஆகுமென்பதை நடு நிலைமை வகிக்கும் ஒவ்வொரு அறிஞரும் கண்டிக்காதிருக்கமாட்டார்கள். கீரம்பூர் ஹரிஜனங்களாகிய எங்கள் முன்னேற்றத்தில் தடையாயிருக்கும் க்ஷயூர் குடியானவர்களைப் பற்றிச் சில விஷயங்கள் கீழே குறிப்பிடுகிறேன்.

தாழ்த்தப்பட்டோரின் முன்னேற்றத்திற்கு உழைக்கும் பொருட்டு, தோழர் ஆர். ரெங்கசாமி உபாத்தியாயர் என்னும் ஆதிதிராவிட போர்டு ஸ்கூல் உபாத்தியாயர் ஒருவர் முன்வந்து "தாழ்த்தப்பட்டோர் வாலிபர் சங்கம்" என்னும் சபையை நிறுவி தாமே காரியதரிசியாக விருந்து கிராம அபிவிருத்தி ஒன்றையே லட்சியமாகக் கொண்டு மாதாந்தரக் கூட்டங்கள் போட்டு கல்வி, சுகாதாரம், நாகரிகம், மது விலக்கு, ஒற்றுமை, சமூக சீர்திருத்தம் முதலியவைகளைப் பற்றி பிரசங்கங்கள் நடத்தி வந்தார். அவருடைய நன் முயற்சியால் நாங்கள் முன்னேறி வந்தோம். இதைக் கண்ணுற்ற அவ்வூர் குடியானவர்கள் பொறாமை கொண்டு சங்கத்தை முளையிலேயே கிள்ளிவிட நினைத்து க்ஷ சங்கக் காரியதரிசியாகிய ஆர். ரெங்கசாமி உபாத்தியாயரை அவ்வூர் பாட சாலையிலிருந்து எடுத்துவிட வேண்டி மேல் அதிகாரிகளிடம் மனு செய்தனர். மேல் அதிகாரிகளும் விசாரணை செய்யாது அவரை மாற்றி விட்டார்கள். அதனால் நாங்கள் முன்னேற வழியில்லாது தவித்துக் கொண்டிருக்கிறோம். இவ்விதம் நடக்குமாகில் கிராம அபிவிருத் திக்குப் பொறுப்பு வாய்ந்தவர்கள் ஆரம்ப ஆசிரியர்கள்தான் என்று கூறுவது எப்படி பொருத்தமாகும்?

ஹரிஜன முன்னேற்றத்திலேயே விசேஷ அன்பு காட்டி கண்ணும் கருத்துமாய் பணியாற்றும் நமது திருச்சி ஜில்லா போர்டார்கள் நமது சங்கம் முன்னேற்றத்தில் தடைபட்டுள்ளதை உணர்ந்த பின்பும் பார்த்து மனம் சகித்துக்கொண்டு இருப்பார்களா? ஹரிஜனங்கள் பால் அன்பு கொண்டு நம் சங்க முன்னேற்றத்திற்கு வழிகாட்டியும் சமூக சீர்திருத்தத்தில் அவாவுடையவரும் பொதுநல ஊழியரும், நம் பாட சாலையைப் பொறுப்புடன் நடத்தி வந்தவருமான தோழர் ஆர். ரெங்க சாமி உபாத்தியாயரை கூடிய சீக்கிரம் கீரம்பூர் போர்டு ஆதிதிராவிட பாடசாலையிலேயே வேலை பார்க்க அனுமதி அளித்து சங்க முன்னேற்றத்திற்கு துணைபுரிவார்கள் என்றே தாழ்த்தப்பட்ட மக்கள் யாவரும் முழு மனதுடன் நம்புகிறார்கள்.

நகரதூதன், 10 அக்டோபர் 1937, ப. 3.

திருச்சியில் தோழர் காந்தி
தாழ்த்தப்பட்ட வாலிபர் சங்கத்தார் சந்திப்பு

10-2-34ந் தேதி சனிக்கிழமை பகல் 2-மணிக்கு டாக்டர் ராஜன் பங்களாவில் காந்தியை திருச்சி தாழ்த்தப்பட்ட வாலிபர் சங்கத்தின் சார்பாக, சங்கத் தலைவர் தோழர் டி.வி.சன்னாசி அவர்கள் தலைமையில் தோழர்கள் எஸ். அபிமன்னன், எம்.சிங்காரம், எம்.பெருமாள் ஆகிய நால்வரும் காந்தியைச் சந்தித்து கீழ்கண்ட கேள்விகளைக் கேட்டார்கள்.

கேள்வி:- நீங்கள் நம்புகின்ற எங்கும் சமத்துவமாய் நிறைந்த கடவுள் உயர்வு தாழ்வை ஏன் அங்கீகரிக்க வேண்டும்?

பதில்:- கடவுள் உயர்வு தாழ்வை அங்கீகரிக்கவில்லை.

கேள்வி:- அப்படியானால் நடைமுறையில் எப்படி?

பதில்:- எங்கும் கடவுளைப் பற்றியே கேட்கப்பட்டு வருகிறது. எல்லாவற்றிற்கும் நானே பதில் சொல்லி கொண்டு வருவதனால் நானே கடவுளாகிறேன். எனவே கடவுளைப் பற்றி நிர்ணயித்துக் கூறமுடியாது.

கேள்வி:- தாங்கள் வருணாச்சிரம தர்மத்தை இருக்க வேண்டுமென்று கூறுகிறீர்கள். ஆனால் தீண்டாமையை ஒழிக்க வேண்டுமென்று சொல்லுகிறீர்கள். வருணாச்சிரம தர்மம் இருந்து கொண்டிருந்தால் தீண்டாமை எந்தவிதத்தில் ஒழியும்.

பதில்:- வர்ணாச்சிரமத்தில் தீண்டாமையில்லை நான்கு வர்ணங்கள் மட்டுந்தான் குறிப்பிடப்பட்டிருக்கிறது. வர்ணாச்சிரமச் தர்மத்தில் தீண்டாமையிருப்பதை நான் நம்பவில்லை.

கேள்வி:- வர்ணாச்சிரம தர்மத்திலிருந்து தீண்டாமையை எடுத்துவிட முடியாதா?

பதில்:- (கொஞ்சநேரம் சிறித்துவிட்டு) பதில் கூறவில்லை.

கேள்வி:- தாழ்த்தப்பட்டவர்களாகிய நாங்கள் பிராமணர் அக்கிராரத்தில் நுழைய உரிமை இல்லாதபொழுது பிராமணர்கள் எப்படித் தீண்டாமையைப் போக்க முடியும்?

பதில்:- நீங்கள் சொல்லுகிறதற்குத்தான் ஒப்புக் கொள்கிறேன். ஆனால் எல்லா பிராமணர்களும் அப்படியில்லை. உண்மையான பிராமணர்களுக்குத் தீண்டாமை இருக்கக் கூடாது.

கேள்வி:- ஹரிஜன சேவைச் சங்கத்தில் எங்களுக்காக வசூலிக்கப்படும் பணத்தை 100-க்கு 90-பிராமணர்கள்தான் சாப்பிடுகிறார்கள். அதில் எங்களுக்கு என்ன பிரயோஜனம் உண்டு அதற்குத் தாங்கள் என்ன சொல்லுகின்றீர்கள்?

பதில்:- உங்களுக்கு 100-க்கு 98-பிராமணர்கள் ஊழியம் செய்வது அவர்கள் முன் வாங்கிய கடன்களைத் தந்துவருகிறார்கள். 98-பிராமணர்கள் உங்களுக்கு வேலை செய்வது நன்மை தானே.

கேள்வி:- அவர்கள் செய்வது கடனாகச் செய்யவில்லை. பணம் வாங்கிக்கொண்டு செய்கிறார்கள்.

பதில்:- அவர்களுக்குச் சம்பளம் என்பதே கிடையாது. சங்கமே உங்கள் கடமைக்காகச் செய்யப்படும் சங்கமாகும். உங்களுக்கு வேலை செய்வதே பிராமணர்களின் கடமையாகும்.

கேள்வி:- எங்களில் அனைவர் திறமையுள்ளவர்கள் இருக்கும்பொழுது ஏன் ஹரிஜன சேவை சங்கத்தில் எங்களை 100-க்கு 50-பேர்களாவது வைக்கக்கூடாது.

பதில்:- 50 பேர் இருக்க வேண்டுமென்று சொல்லுகிறீர்கள். அது முடியுமாவென்பதுதான் யோசனை. பிராமணர்கள்தான் உங்களுக்கு வேலை செய்யவேண்டும். அந்தக் கடன் அவர்கள்மேல்தான் சுமத்தப்பட்டிருக்கிறது.

கேள்வி:- ஹரிஜன சேவை சங்கத்தில் அந்தப் பணத்தை எந்த வழியில் செலவு செய்கிறீர்கள்?

பதில்:- நாங்கள் டில்லியிலிருக்கும் தலைமை சங்கத்தின் யோசனை பிரகாரம்தான் செலவு செய்கிறோம். ஆனால் பணத்தைப் பற்றி அடிக்கடி கணக்குக் காண்பிக்கிறோம்.

கேள்வி:- தாழ்த்தப்பட்டவர்களாகிய நாங்கள் பொதுத் தொகுதிப் பிரகாரம் எலக்ஷனில் வர முடியாது?

பதில்:- ஏன் வர முடியாது?

கேள்வி:- எங்களில் சாதாரணமாக அறிவுள்ளவர்கள் உயர்சாதியினர்களிடம் ஓட்டுப்பெற முடியாது. உயர் ஜாதினர்களுக்கு அடிமையாய் உள்ளவர்கள்தான் ஓட்டுப்பெறமுடியும்.

பதில்:- நீங்கள் சொல்லுவது தப்பாகும். சரியானபடி நீங்கள் பூனா ஒப்பந்தத்தைப் பற்றி வாசிக்கவில்லை. முதலில் ஆதி

திராவிடர் மூலமாய்தான் 4 பிரதிநிதிகளைத் தெரிந்தெடுக்க வேண்டும். அதற்கு பிறகுதான் ஜாதி இந்துக்கள் மூலமாய் ஓட்போட வேண்டும். அதற்குள் நேரமாகிவிட்டது என்று தோழர் ராஜன் கூறவே வாலிபர் சங்கத்தார்கள் வந்து விட்டார்கள்.

திரு. பி.எஸ். அபிமன்னன், திருச்சி ஜில்லா ஆதிதிராவிட வாலிபர் சங்கத்தின் தலைவர் பொறுப்பில் இருந்தார். இவர் ஆதிதிராவிட வாலிபர் சிங்கம் என அழைக்கப்பட்டார். முசிரி தாலுக்கா மோருபட்டி ஆதிதிராவிட வாலிபர் சங்கத்தின் கூட்டம் 1931 செப்டம்பர் 06 அன்று நடைபெற்றபோது எட்டு தீர்மானங்களில் முதல் மூன்று தீர்மானங்கள் பி.எஸ்.அபிமன்னன் குறித்து நிறைவேற்றப்பட்டன; இது அவருக்கு அன்றைய காலங்களில் இருந்த நன்மதிப்பைக் காட்டுகிறது. (திராவிடன், 09 செப்டம்பர் 1931, ப. 3).

புரட்சி, 25 பிப்ரவரி 1934, ப. 6.

தாழ்த்தப்பட்டோர் அடைந்த ஏமாற்றம்
பிரிட்டிஷ் அரசாங்கத்தின் பொறுப்புகள்
நான்கு வகை விடுதலைகளும் வேண்டும்
(தேசீயப் போர்முனை பகுதி அமைப்பாளர்
ராவ்பகதூர் எம்.சி. ராஜா எம்.எல்.ஏ. எழுதியது)

யுத்தத்தைப் பற்றி பொதுவாக ஜனங்களின் போக்கிலேயே ஒரு பெருத்த மாறுதல் ஏற்பட்டிருக்கிறது. இதற்குக் காரணம், "தேசியப் போர்முனை" இயக்கந்தான். இந்த இயக்கத்தைச் சுமார் ஒரு வருஷத் திற்கு முன்பு மேன்மை தங்கிய வைசிராய் பிரபு தோற்றுவித்தார். மக்கள் கொண்டிருந்த தோல்வி மனப் பான்மையை இந்த இயக்கந் தான் போக்கியது. யுத்தத்தின் முடிவு என்னாகும் என்பது பற்றி சந்தேகங் கொள்ளுகிறவர்கள் இப்போது யாரும் இல்லை. தப்பிக்க வழி யில்லை என்னும் எண்ண முடையவர்கள் இப்போது ஒருவரும் கிடையாது. மக்களுக்குள் பயத்தை உண்டாக்கும் பொருட்டு பிரசாரம் செய்கிறவர்கள்கூட, இப்போது வாயடைத்துப் போயிருக்கிறார்கள்.

ஜவஹர் – காந்தி ஒற்றுமை

யுத்தப் பிரச்சினையைக் குறித்து ஜவஹர்லாலுக்கும் காந்தியாருக்கும் ஏற்பட்ட வேற்றுமையைப் பொதுவாக ஜனங்கள் கவனித்திருப்பார்கள்.

யுத்த சம்பந்தமாகக் காங்கிரஸ் என்ன முறையைக் கைக்கொள்ள வேண்டு மென்று விவாதித்தார்கள். அப்போது ஜவஹர்லாலின் எண்ண மெல்லாம் நேசநாடுகள் வெற்றி பெற வேண்டுமென்பதிலேயே பதிந்திருந்தது; ஆனால், காந்தியாரின் எண்ண மெல்லாம் ஜப்பானி யர்கள் இந்தியாவிற்கு வந்து வசப்படுத்திக் கொள்ளுவதிலேயே இருந்தது. அது, ஜப்பானியரால் கடுமையான ஆபத்து ஏற்படக் கூடிய காலம். அப்போது காங்கிரஸ் கைக்கொள்ளவேண்டிய முறை யொன்றை காந்தியார் வகுத்தார். அதுதான் "எதிரியோடு பலாத்காரமற்ற முறையில் ஒத்துழையா திருப்பது" என்பது. இது தற்போதுள்ள அரசாங்கத்திடம் சமாதானமாகவும் நேசமாகவும் இருப்பதாகத் தோற்றும். ஆனால் இதன் உள் அர்த்தம் என்ன வென்றால், ஜப்பானியர்கள் இந்தியாவில் வந்து இறங்குவார்கள் என்பதுதான். ஜவர்ஹலால் எந்த விஷயத்தைக் குறித்தும் நேர்மையான முறையில் ஆலோசித்துக் கொண்டிருந்தவர். ஆகையால், ரஷ்யா, அமெரிக்கா, சீனா, பிரிட்டன், இந்தியா ஆகிய நாடுகள் சேர்ந்துள்ள நேச தேசங்கள் முடிவில் வெற்றி பெறும் என்பது பற்றி அவருக்குச் சந்தேகமே கிடையாது. அந்தக் காலத்தில் ஒவ்வொரு நாட்டின் நிலைமையும் மிகவும் ஆபத்தா யிருந்தது.

எப்பொழுதும் ஆசையி னின்று தான் எண்ணம் பிறக்கிறது. காந்தி யாரின் எண்ணம் என்ன தெரியுமா? "ஜப்பானியர்கள் இந்தியாவிற்கு வரும்போது போப் கிரிகிரி போல அவர்களுக்கு எதிரில்போகச் சந்தர்ப்பங் கிடைக்கும். நம்மைத் தாக்க வருகிறவர்களைத் தலை வாசலிலேயே சந்திப்பேன். சமாதான முறையைக் கொண்டே வெல்ல வேண்டும் என்னும் மிகக் கினிமையான மந்திரத்தை அவர்களுக்கு ஓதுவேன். போராட வேண்டா மென்று நான் அவர்களை வேண்டிக் கொள்ளுவேன். சமாதானமாகவே நாட்டை வசப்படுத்திக் கொள்ளும் படி அனுமதிப்பேன். அவர்களுடைய அனுமதியின்பேரில் நானும் காங்கிரசும் நாட்டை ஆள அனுமதிக்க வேண்டு மென்று கோருவேன்."

இந்த எண்ணங்களிலும் ஆசைகளிலும் மண் விழுந்தது. சமீப காலத்தில் நிகழ்ந்த சம்பவங்களையும் யுத்த முன்னேற்றத்தையும் சீர்தூக்கிப் பார்க்கிறவர்களுக்கு இது நன்றாகத் தெரியும். வெற்றிபெற வேண்டு மென்பது பற்றி, நாம் கொண்டிருப்பது ஆசை, நம்பிக்கை மட்டுமல்ல; உறுதி கொண்டிருக்கிறோம். இந்த உறுதிக்குத் தகுந்த ஆதாரங்கள் உண்டு. இதற்குத் தேசீய போர்முனை இயக்கத்தின் வேலையும் ஒரு காரணந்தான்.

நாம் வெற்றி பெற வேண்டுமானால், பெரிதும் முயல வேண்டு மென்றும், அமெரிக்கத் தலைவர் ரூஸ்வெல்டும் பிரிட்டிஷ் முதல்

மந்திரி சர்ச்சிலும் எப்போதும் சொல்லிக்கொண்டிருக்கிறார்கள் என்பது உண்மையே. என்றாலும் நாம் வெற்றி பெறுவது மட்டும் உறுதி. இருள் நீங்கிவிட்டது. வெற்றி சூரியன் தோன்றி விட்டான்.

இந்தப் பரந்த உலகத்தில் யுத்தத்தின் போக்கு இப்படி யிருக்கிறது; ஆனால் இந்தியாவில் நிலைமை எப்படி யிருக்கிறது? நேச நாட்டுப் படைகள் இங்கே வந்துவிட்டன. அவசியமானால், தரையிலும் போராடத் தயாரா யிருக்கின்றன. வெளிநாட்டார் இந்தியாவைத் தாக்கி அக்கிரமங்கள் செய்யாதபடி இவை தடுக்கக்கூடியவை. இந்நாட்டு மக்களைக் காப்பாற்றும் பொருட்டு இராணுவத்தார் என்னென்ன ஏற்பாடுகள் செய்திருக்கிறார்கள் என்று நாம் தகுந்தபடி உணர்ந்து கொள்ளுவதில்லை. இந்த இராணுவத்தில் இந்தியர்களும் இந்திய ரல்லாதவர்களும் இருக்கிறார்கள். இந்தியப் படையினர் மத்தியக் கிழக்கிலும் வடாப்பிரிக்காவிலும், பிரிட்டிஷ் படைகளும் அமெரிக்கப் படைகளும் இந்தியாவிலும் பல வகைகளிலும் பாதுகாப்பு ஏற் பாடுகள் செய்திருக்கிறார்கள். வெளி நாடுகளில் இந்தியப் படைகள் செய்துகொண்டு வரும் வேலைகள் அனைவருக்கும் தெரியும். இந்த யுத்த சரித்திரத்திலேயே இது ஒரு மிகச் சிறந்த பகுதியாக விளங்கும். பிரிட்டிஷ் படைகளும் இந்தியப் படைகளும் இந்தியாவில் என்ன செய்கின்றன வென்று இப்போது வெகுவாகத் தெரியாது. அவர் களுடைய வேலைகள் நடைபெற்றுக் கொண்டிருக்கும்போது, அவற்றை வெளியிடா திருப்பது நல்லதுதான். இவர்கள் வேலைகள் எல்லாம் முடிந்த பிறகு, அவர்கள் இங்கே வேலையற்றுப்போய் வந்திருக்க வில்லை யென்றும், அவர்கள் மிகுந்த பல முள்ளவர்கள் என்றும், அவர்களால் நமக்குப் பாதுகாப்பு அதிகம் என்றும், அவர்களால் ஊக்கமும் உறுதியும் நமக்கு உண்டாகின்றன வென்றும் தெரிந்து கொள்ளுவோம். ஆபத்திற்குதவுகிறவர்கள் தான் உண்மையான நண்பன்.

மேன்மை தங்கிய லின்லித்தோ பிரபுவும், ஜெனரல் வேவலும் இந்நாட்டு விஷயங்களுக்குத் தலைவர்களாக இருக்கும் பாக்கியம் நமக்கு வாய்த்திருக்கிறது. ஒவ்வொரு நிமிஷமும் நடைபெறும் சம்பவங்களை இவ்விருவரும் கவனித்துக் கொண்டிருக்கிறார்கள். சிவில், இராணுவம், பொருளாதாரம், கைத்தொழில், அரசில் நிர்வாகம் முதலிய இலாக்காக்களுக்குக் கட்டளைகள் பிறப்பிக்கின்றார்கள். யுத்தத்தில் வெற்றிபெறவும், கட்டுப்பாடான சமாதானத்தை நிலை நாட்டவும் இந்த இலாக்காக்கள் பெரிதும் உதவும். நம் மாகாணத்திலும் மேன்மை தாங்கிய சர் ஆர்தர் ஹோப் துரையவர்களைக் கவர்னராக அடையும் பாக்கியம் பெற்றிருக்கிறோம். இவருடைய ஆலோசகர்கள்

விஷய ஞானம் மிகவும் உடையவர்கள். இவர்களுடைய உதவியைக் கொண்டு அவர் சட்டத்தையும் சமாதானத்தையும் நிலைநாட்டிக் கொண்டு வருகிறார். அன்றியும் எல்லா வகை யுத்த வேலைகளிலும் பொது ஜனங்களின் கூட்டுறவையும் ஆதரவையும் திரட்டி யுத்தத்தில் வெற்றிபெற வேண்டு மென்னும் எண்ணம் பொதுவாக ஜனங்கள் மனதில் வேரூன்றும்படி ஏற்பாடுகள் செய்து வருகிறார்.

இந்த யுத்தத்தில் வெற்றிபெற வேண்டி செய்யப்படும் எல்லா வேலைகளாலும், இந்நாட்டிலுள்ள எல்லா இனத்தவர்களுக்கும் என்ன பலனுண்டு? தகுந்த ஆலோசனையின்பேரில் தான் பல இனத்தவர்கள் என்று சொல்லுகிறேன். ஏனென்றால், பல இனங்களையும் ஒரே இனம் என்று கூறுவதால் பலனில்லை. இங்கே இல்லாத ஒற்றுமை, இருப்பதாகத் தப்பெண்ணங் கொண்டதனால், பெருந்தீமைகள் நிகழ்ந்து விட்டன. பல இனத்தவர்களுக்குள்ளும் ஒரே வகை இயல்புகள் இருக்கின்றன வென்னும் காரணம் பற்றி, முழு ஒற்றுமை ஏற்பட்டு விட்டதாகக் கூறமுடியாது. வேற்றுமைகளையும் நாம் கவனிக்க வேண்டும். இவை முக்கியமானவை. எந்த விஷயத்தைக் குறித்தும் இவை முடிவு செய்யத்தக்கவை. பொருளாதாரத் துறையில் இது மிகவும் முக்கியம். எல்லோருக்கும் வயிறு உண்டு என்றால், எல்லோருக்கும் ஒரே வயிறுதான் இருக்கிறது என்று பொருள் கொள்ளலாமா? ஒருவர் சாப்பிட்டால் மற்றவர்களுடைய பசி யெல் லாம் நீங்கிவிடுமா? இப்போது நம் நாட்டிற்குத் தேவை ஒற்றுமை யல்ல; ஆனால் இசைந்த வாழ்வுதான். பொது மக்களுக்கு நன்மை தரத்தக்க முறையில், இந்நாட்டை ஆட்சிபுரிந்து வந்தவர்களிடமிருந்து ஆதிக்கத்தைப் பிடுங்கிக் கொள்ளும் பொருட்டு, ஒற்றுமை ஏற்பட்டு விட்டதாக மேல் வாரியாக வாதிக்கலாம். இப்போது நமக்கு என்ன வேண்டு மென்றால், பல இனத்தவர்களுக்குள்ளாகவும் இசைந்த வாழ்வுதான் வேண்டும்.

இதனால் அவர்களுக்குள் கூட்டுறவு உண்டாகும். அவர்கள் பொது நோக்கங்கள் ஈடேறும். ஆதிக்கத்தைப் பகிர்ந்து கொள்வதில், எல் லோருக்கும் நீதியும் நியாயமும் வழங்கப்படும். அப்போதுதான் எல்லா இனத்தவர்களுக்குள்ளும் இசைந்த கூட்டுறவு ஏற்படும். இந்தக் கூட்டுறவு ஏற்பட்டு நெடு நாட்களுக்குப் பிறகுதான் அரசியல் ஒற்றுமை ஏற்படக்கூடும்.

நாட்டின் எதிர்காலம்

இந்தச் சமயத்தில் இந்தியாவின் எதிர்காலத்தைப் பற்றி, இங்குள்ள ஆலோசனைக்காரரர்களின் மனதைக் கிளறிக் கொண்டிருக்கும் பிரச்சினை யொன்றுண்டு. இந்தியாவில் தம் ஆதிக்கத்தை விட்டுக் கொடுக்க பிரிட்டிஷார் விரும்புகிறார்களா என்பதுதான் அந்தப் பிரச்சினை. இதை விட்டுக்கொடுக்கத் தாம் விரும்புவது மட்டுமன்றி, ஆவலாகவு மிருப்பதாக அவர்கள் பல முறை கூறியிருக்கிறார்கள். அரசியல் பல்லவியைப் பாட வேண்டு மென்று நினைக்கிறவர்கள் தான், இந்த வார்த்தைகளை நம்பாதது போலப் பாசாங்கு செய்கி றார்கள். பலவீனமான இனத்தவர்களின் நன்மைகளைப் பாதுகாக்க வேண்டிய பொறுப்பு ஆதிக்கத்திலுள்ளவர்களுக்கு உண்டு. இந்தப் பொறுப்பையும் அரசாங்கத்தார் கை விட்டு விடுவார்களா? ஆதிக்கம் மிகுந்தவர்களின் இஷ்டப்படி எல்லாம் நடக்கும்படி ஆதிக்கமற்ற வர்களை ஒப்புக் கொடுத்து விடுவார்களா? இப்போது இந்தியாவிலுள்ள தாழ்த்தப்பட்டவர்களின் உள்ளங்களில் உண்மையானதோர் அச்சம் தோன்றி யிருக்கிறது. அதாவது, நாம் வெற்றி பெறும்போது – வெற்றியடைவது உறுதி- இதுவரை பல கஷ்டங்களுக்கிடையே பிரிட்டிஷ் அரசாங்கத்தார் நேர்மையாகவும் கருணையோடும் நடந்து கொண்டது போலவே, இனியும், தாழ்த்தப்பட்டவர்களிடம் நடந்து கொள்ளுவார்களா? இதற்கு ஜாதி இந்துக்களின் எதிர்ப்புக் கொஞ்சமா? இனி ஏற்படக் கூடிய தேர்தல் பொதுத் தொகுதியில் ஜாதி இந்துக்க ளல்லவா பெரும்பான்மையோர். இதுவரை எங்கள் அனுபவத்தி லிருந்து, பிரிட்டிஷாரின் மேற்பார்வையும் ஆதிக்கமும் இல்லை யானால், இந்த தாழ்த்தப்பட்ட இனத்தவர்களை ஜாதி இந்துக்கள் வெகுவாக அலட்சியம் செய்வார்கள் என்பது உறுதி. இன்னும் பல வகைக் கட்டுப்பாடுகளுக்கும் கஷ்டங்களுக்கும் உள்ளாக்குகிறார்கள். இவை ஜாதி இந்துக்களின் சார்பாக காந்தியார் வகுத்த முறைகள். இந்த முறைகளின்படி தம்முடன் சேர்த்துக் கொள்வதுபோல் சேர்த்து, எங்களுக்குள்ள அரசியல் சுயேச்சையைப் பறிமுதல் செய்துவிடு கிறார்கள். அரசியல் சுயேச்சையைக் கொண்டுதான், அறிவு முன்னேற்ற மடையும். சமுதாய உயர்வு உண்டாகும். பொருள் நிலையும் பெருகும். பண்டைக்கால பண்ணைக்காரன் இன்று சமூக அடிமையா யிருக்கிறான். இனி, அறிவுத் துறையிலும் அரசியல் துறையிலும் கொடுமைக்கு ஆளாக நேரலாம். பல ஊழி காலமாக நம் அடிமைத் தனத்திலிருந்து விடுபட்டுத் தலை தூக்க உதவியது, பிரிட்டிஷ்

அரசாங்கமல்லவா? அவர்கள் ஜனநாயக உணர்ச்சி யுடையவர்கள். நீதியும் நேர்மையும் கொண்டவர்கள். பொருளாதாரங் காரணமாகவும் அரசியல் காரணமாகவும் இவர்கள் தம் உணர்ச்சிபடி நடந்துகொள்ள ஒட்டாதபடி தடைகள் ஏற்பட்டன. என்றாலும், தாழ்த்தப்பட்ட இனத்தவர்களுக்குத் தம்மால் இயன்றவரை உதவினார்கள். இனி ஏற்படப்போகும் அரசியல் அமைப்புப் போராட்ட நிர்ப்பந்த காலத் திலுங்கூட, இந்த இனத்தவர்களின் நன்மைகளைத் தியாகஞ் செய்து விடமாட்டார்கள் என்று நான் பெரிதும் நம்புகிறேன். தம் ஆதிக்கத்தை விட்டுக் கொடுக்க மனமில்லாமல்தான், தாழ்த்தப்பட்டவர்களிடம் அரசாங்கத்தார் கவலையும் அனுதாபமும் காட்டுகிறார்கள் என்று சொல்லுவது எளிது. இப்படி அந்த அரசியல் கட்சிகள் சொல்லு வதற்குக் காரணம் என்ன வென்றால், ஆதிக்கத்தைக் கைப்பற்ற வேண்டுமென்னும் பேராசைதான். ஆனால், அதற்கேற்றபடி, எளிய இனத்தவர்களிடம் நீதியோடும் நேர்மையோடும் நடந்துகொள்ள வேண்டு மென்னும் உண்மையான உணர்ச்சி அவர்களிடம் இல்லை.

தாழ்த்தப்பட்ட வகுப்பினர் நிலை

இந்தச் சமயத்தில் தாழ்த்தப்பட்டவர்களின் நிலை என்ன? இந்த இனத்தவர்கள் பொது மக்களின் முக்கியமான பெரும் பகுதியினர். அவர்களுடைய எதிர்கால வாழ்வு அஞ்சத்தக்க தாகவுமில்லை; சிறப் பானதாகவும் தோன்றவில்லை. நாட்டின் யதேச்சைபற்றி, மற்ற இனத் தவர்களின் கோரிக்கைகள் பற்றி, பிரிட்டிஷ் அரசாங்கத்தின் போக்கு எதுவோ, அதை யொட்டித் தான் எல்லாம் அமையும். பரிபூரண சுயாட்சி வழங்குவதாக அரசாங்கத்தார் வாக்குறுதி கொடுத்திருக்கிறார்கள். இந்த நாட்டு நிர்வாகம் பற்றி தமக்குள்ள எல்லா ஆதிக்கத்தையும் பொறுப் பையும் விட்டுக் கொடுப்பதாகவும் கூறி யிருக்கிறார்கள். சிறுபான்மை வகுப்பினரில் அநேகரும், தாழ்த்தப்பட்டவர்களும் சம்மதித்தால் மட்டுந் தான், தமக்குள்ள ஆதிக்கத்தை மாற்றித் தரக்கூடுமென்று வற்புறுத்துகிறார்கள். இதுவும் நம் அதிர்ஷ்டந்தான்.

இந்நாட்டிலும், வெளிநாடுகளிலும் இது பற்றி பொது ஜனங்களின் கருத்தை சிருஷ்டிக்கிறார்கள். அதுவும், மகா கெட்டிக்காரத்தனமாகவும் பெரும் பொருளுதவியைக் கொண்டும், வாயில்லா பூச்சிகளாகவும், நசுக்கப்பட்ட இனத்தவர்களாகவும் உள்ளவர்கள் மீது, நெடு நாட் களாக ஆதிக்கம் செலுத்திக் கொண்டு வந்தவர்கள் தான் இப்படிச் சிருஷ்டிக்கிறவர்கள். இப்படிச் சிருஷ்டிக்கப்பட்ட பொது ஜனக்

கருத்துக்கு மாறாகத் தாம் விதிக்கும் நிபந்தனையை, பிரிட்டிஷ் அரசாங்கத்தார் வற்புறுத்துவார்களா என்பது தான் கேள்வி. இங்கிலாந்திலிருந்தும் இத்தியாவிவிலிருந்தும் மட்டு மன்றி உலகத்தின் மற்றெல்லாப் பாகங்களிலு மிருந்தும், அமெரிக்காவிலும் சீனாவிலிருந்துங் கூட பிரிட்டிஷ் அரசாங்கத்தார் மீது ஒரு குறை கூறுகிறார்கள். அதாவது, பிரிட்டிஷ் அரசாங்கத்தார் கூறும் வாக்குறுதியை நிறைவேற்றும் எண்ணம் அவர்களுக்கில்லை யென்றும், ஆதிக்கத்தை விட்டுக் கொடுக்க அவர்கள் விரும்ப வில்லை யென்றும் குறை கூறுகிறார்கள். இதனால், அரசாங்கத்தார் தடுமாற்ற மடைவார்களா? நெடு நாட்களாக அடிமைத் தனத்திற்கு ஆளாகி யிருந்தவர்களைக் காட்டிக் கொடுத்து விடுவார்களா?

இரண்டு ஆபத்துகள்

தாழ்த்தப்பட்டவர்கள் தலைக்கு மேலே இரண்டு ஆபத்துகள் இருக்கின்றன. இவ்விரண்டும் இரண்டு வகை அறியாமையினால் உண்டானவை. ஒன்று மேல் நாடுகளிலுள்ள நல்லெண்ணமுள்ள லட்சிய வாதிகளின் அறியாமையால் ஏற்படுகிறது. மற்றொன்று, ஜாதிக் கட்டுப்பாட்டிற்கும், புரோஹிதக் கட்டுப்பாட்டிற்கும் உள்ளாகி யிருக்கும் இந்நாட்டவர்களின் அறியாமையால் ஏற்படுவது. இவர்கள் தான் பொதுத் தேர்தல்களில் இந்துக்கள் என்னும் பெரும்பான்மை யோரா யிருக்கிறவர்கள். மக்களைப் பலபல வகுப்பினராகப் பிரித்து வைப்பதற்காக மட்டும் சாதி வேற்றுமை முளைக்கவில்லை. ஒவ்வொரு சாதிக்கும் தனி பழக்க வழக்கமும், மூட நம்பிக்கையும் அரண்களாக அமைந்திருக்கின்றன. ஜாதி உயர்வு தாழ்விற்கு ஏற்றப்படி கட்டுப்பாடுகளும் உயர்ந்து கொண்டே போகும். இதன் பயனாக, தாம் மற்றவர்களை விட வேறுபட்டவர்கள் என்னும் தனித்தன்மை அவர்களுடைய உள்ளத்தே உண்டாகிறது. ஆகவே, அளவு கடந்த பாரபட்சமும், நியாயமற்ற மனக் கசப்பும் உண்டாக இடமுண்டாகிறது. இந்தக் காரணத்தால்தான், தாழ்த்தப்பட்டவர்களை பல நூற்றாண்டுகளாக அடிமைப்படுத்தி வைத்திருந்தார்கள். இந்தியாவைப் பற்றி நல்லெண்ண முடையவர்கள் இருக்கிறார்கள். ஆனால் அவர்களுக்கு இந்தியாவைக் குறித்து விஷய ஞானம் போதாது. அவர்கள் இந்தியாவிற்கு நன்மை செய்ய விரும்புவார்களானால், ஒரு காரியம் செய்ய வேண்டும். எந்தவிதத் தொடர்பு மில்லாத, திறமை வாய்ந்த

சமூதாய அறிஞர்கள் அடங்கிய தூதுக் கோஷ்டி யொன்றை இந்தியா விற்கு அனுப்ப வேண்டும். இவர்கள், இந்திய மக்களின் சமுதாய நிலை, உறவு முதலியவற்றைக் குறித்து விசாரணை செய்ய வேண்டும். அரசியல் துறையில் செய்யப்படும் செயல்களும் தீர்மானங்களும் இவற்றை யொட்டித்தான் நடைபெறுகின்றன. இப்படிப்பட்ட ஒரு தூதுக் கோஷ்டியை அமெரிக்க ஜனத் தலைவர் ரூஸ்வெல்ட் இந்தியா விற்கு அனுப்ப வேண்டும். இந்தத் தூதுக் கோஷ்டியினர் போதுமான காலம் இந்திய மக்களிடையே பழக வேண்டும். இன்று இந்திய மக்கள் உள்ள சமுதாய நிலையை உணர்ந்து கொள்ள வேண்டும். தாழ்த்தப்பட்டவர்கள் என்னென்ன செய்யக் கூடாதென்று தடுக்கப் பட்டிருக்கிறார்க ளென்றும் அவர்கள் தெரிந்து கொள்ள வேண்டும். இப்படிப்பட்ட தோர் தூதுக் கோஷ்டியை அவர் அனுப்புவா ரானால், அனேக தலைமுறைகளுக்கு நிலைத்திருக்கக் கூடிய சமுதாய அமைப் பிற்கும் அரசியல் அமைப்பிற்கும் முதன் முதல் அவர் விதை விதைத்தவராவார்.

சர்ச்சில் சொன்னது என்ன?

சில மாதங்களுக்கு முன்பு சர்ச்சிலும், ரூஸ்வெல்டும் அத்லாண்டிக் மகா சமுத்திரத்தில் ஒரு இடத்தில் சந்தித்துப் பேசினார்கள். அதன்பிறகு சர்ச்சில் ஒரு செய்தி விடுத்தார். ஹிட்லர் ஆதிக்கத்திற்குள்ளான ஐரோப்பிய நாடுகளில் மக்கள் படும் கஷ்டங்களைக் குறித்துத் தெரிவித்தார். அப்போது அவர் கீழ்க் கண்டவாறு கூறினார;- "குகை இருண்டு நீளமானதாக விருக்கலாம்; ஆனால் முடிவில் வெளிச்சம் இருக்கிறது."

அது போலவே, இந்தியாவிலுள்ள தாழ்த்தப்பட்டவர்களுங்கூட நீண்ட இருண்ட குகை வழியாகத்தான், தம் வாழ்நாட்களை கழித்துக் கொண்டிருக்கிறார்கள். என்றாலும், அங்கங்கே இந்தக் குகைக்குச் சில திறப்புகள் இருக்கின்றன. உதாரணமாக, புத்தர், அசோகர், இராமானுஜர், ராஜாராம் மோகன் ராய், கேசவ சந்திர சென், ரெனடே, டாக்டர் டி.எம்.நாயர் ஆகியோர் காலத்திலும், மாண்டேகு சேம்ஸ்போர்டு சீர்திருத்தம் ஏற்பட்ட பிறகுந் தான், தாழ்த்தப்பட்டவர்களின் நீண்ட இருண்ட வாழ்க்கையில், வாள ஒளி வீசியது. 1935-ம் வருஷத்திய சீர்திருத்தத்தின்படி இவர்களுக்குத் தேர்தலில் தனித் தொகுதி ஏற் பட்டபோது, இவர்களைச் சூழ்ந்திருந்த இருள் சற்று நீங்கியது போலத் தோன்றியது. இந்தச் சமயத்தில்தான் பூனா ஒப்பந்தம் ஏற்பட்டது. இது

பற்றி அவர்கள் கொஞ்சமும் சந்தேகம் கொள்ளாதபடி சம்மதித்தனர். இது காரணமாக அவர்கள் அரசியல் சிறையில் அடைபட்டனர். அதிலிருந்து அவர்கள் இன்னும் மீளவில்லை. இப்போது இவர்களுக்கு ஒரு புதிய நம்பிக்கை ஏற்பட்டிருக்கிறது. அதாவது, இந்த யுத்தத்தில் நேச நாட்டினர் வெற்றி பெறுவார்கள். அப்போது நிலைமை மாறும். பல நூற்றாண்டுகளாகத் தாம் இருந்துவந்த அடிமைத்தனத்திலிருந்து மீட்சி பெறக்கூடும். சமூதாயத் துறையிலும் அரசியல் துறையிலும் தம்மை இன்னும் அடிமைப்படுத்தியே வைத்திருக்க வேண்டுமென்று விரும்புகிறவர்களின் முயற்சிகள் கவிழும். அப்போது விடுதலை உத் வேகம் கிளம்பும். இதன் பயனாக சுயேச்சை தானாகவே உண்டாகும்.

சுயேச்சை யாருக்கு?

தேசீயக் கூட்டத்தினருக்கு மட்டுந் தான் சுயேச்சை வேண்டு மென்று கோருகிறார்களே யொழிய, ஒரு இனத்தார் மற்றொரு இனத் தாரோடு பழகும்போது இவர்கள் சுயேச்சை வழங்க மறுக்கிறார்கள். ஒரு இனத்தார் மற்ற இனத்தாருக்கு சுயேச்சை வழங்க வேண்டும் என்று நினைப்பது கூடக் கிடையாது. இந்த சுயேச்சையின் பயனாகப் பல இனத்தவர்களுக்குள்ளும் கூட்டுறவு ஏற்படும். ஒரு இனத் தவர் மற்றொரு இனத்தவரை அடிமைப்படுத்தி வைப்பதும் எளிய வரை வலியவர்கள் அடக்கி யாளுவதும், இதனால் நீங்கும். தாழ்த்தப் பட்டவர்கள் சம்பந்தப்பட்டவரை இது முழுதும் உண்மை. சென்னை மாகாணத்தின் படைகளுக்குப் பெரும்பாலும் சிப்பாய்களைக் கொடுத்து உதவியது தாழ்த்தப்பட்ட இனத்தவர்கள்தான். இவர்கள் மத்திய கிழக்கிலும், வடாப்பிரிக்காவிலும் தம் சிறந்த சேகவத்தினால் சிறந்த புகழ் பெற்றிருக்கிறார்கள். விடுதலையை முன்னிட்டும் நியாயத்தை நிலை நாட்டவும், தம் உயிரைங் கொடுக்கத் துணிந்து போர் முனைக்குத் தாம் போகும் போது, தம் இனத்தவர்கள் இருந்த அதே பரிதாபகரமான நிலையிலேயே இருப்பதை, அவர்கள் போர் முனையிலிருந்து திரும்பி வந்த பிறகும் காணுவார்களானால், அவர்கள் மனம் என்ன பாடுபாடும்!

அரசியல் வாதிகளின் மனப்படியே எல்லாம் நடப்பதனால், படை யினருக்கு அரசியலில் இடமே கிடையாது. பிரிட்டிஷ் அரசாங்கத்தார், தம் ஆதிக்கத்தை ஒப்புக் கொடுக்கும் முன்பு, அவர்கள் நிறைவேற்ற வேண்டிய கடமை ஒன்று உண்டு. அதாவது, அக்கிரமக்கார எதிரிகளிட மிருந்து இந்த நாட்டை மீட்டவர்களான தாழ்த்தப்பட்டவர்கள் உள்ளிட்ட பலரையும், இருந்து இடத்திலேயே இருந்து கொண்டு

ஏதோ நாட்டிற்குத் தாம் பிரமாதமாகத் தொண்டு செய்துவிட்டதாக வாய்ச் சவடால் வீசும் குறும்பர்களின் எதேச்சாதிகாரத்திற்கு, உள்ளாக்கக் கூடாது. அட்லாண்டிக் பிரகடனத்தில் குறிக்கப்பட்டுள்ள நான்கு வகை விடுதலைகளும் யுத்தத்தின் ஒரு கட்டத்தில் தொகுக் கப்பட்டவை யானாலும், எல்லா நாட்டவருக்கும் எல்லா இனத் தவருக்கும் இது பொருந்த வேண்டு மென்னும் நோக்கத்தோடு தான் தொகுக்கப்பட்டது. இது பற்றி சந்தேகமே கிடையாது. இந்த விடுதலைகள் சில நாடுகளின் அரசியல் துறைக்கு மட்டுமன்றி, எல்லா நாடுகளின் சமுதாயத் துறைக்கும் பொருந்தியதாக அமைய வேண்டும்.

வறுமை, அச்சம், ஆதிக்கம், மத இழிவு ஆகியவற்றிலிருந்து தாழ்த்தப்பட்டவர்கள் விடுதலை பெற வேண்டும். இந்திய மக்களின் சமுதாய வாழ்வில் இந்நான்கு வகை விடுதலைகளும் கைகூட வேண்டுமென்பது தான் என் மனமார்ந்த கோரிக்கை.

யுத்த சஞ்சிகை, ஜனவரி, 1943 பக். 3 - 5

பிரயாணத்தைக் குறைத்தல் அவசியம்: யுத்த உதவியில் பெண்கள் பங்கு: பஞ்சத்தைப் போக்க வழி' – மீனாம்பாள் சிவராஜ்

உலகிலேற்பட்டிருக்கும் இம்மகா யுத்தத்தினால் பலவித சௌகரியக் குறைவுகளேற்பட்டு மக்களுக்கும் அரசாங்கத்தாருக்கும் பல விதங் களிலும் நெருக்கடி ஏற்பட்டிருப்பதினால் இந்த யுத்தத்தில் எம்மாதிரி யான முறைகளைக் கொண்டால் சீக்கிரத்தில் வெற்றியடையலாமென்னும எண்ணமாகவே நமது நேசநாடுகள் இன்றிருந்து வருகின்றன. யுத்தத்தை ஜெயிப்பதற்குப் போர் புரிய தைரியமும், பலமும் நிறைந்த போர் வீரர்களும் வீரர்கள் போர்புரிவதற்கு பல வித யுத்தக் கருவிகளும் அக்கருவிகள் செய்வதற்கு பல தொழிலாளர்களும் இவற்றிற்கு முக்கியமாகத் தேவையான பணமும் பணமுதவக்கூடிய தாராள சிந்தனை மக்களும் வேண்டும். மேலும் போர் வீரர்களுக்கு வேண்டிய உணவும், அவ்வுணவை விருத்தி செய்ய விவசாயிகளும் போர் வீரர் களையும் யுத்தக் கருவிகளையும் உணவுப் பொருட்களையும் குறித்த இடத்தில் கொண்டு சேர்ப்பதற்கு வேண்டிய வசதிகளு மிருந்தா லொழிய யுத்தத்தில் ஓர் தேசம் மற்றொரு தேசத்தை ஜெயிப்பது இலகுவான காரியமல்ல. நேச தேசத்தார் வெற்றியடைய வேண்டு மென்று நாம் கோருகிறோம்.

நாம் செய்ய வேண்டிய உதவிகள் எவை

ஆகவே, இப்போரில் நாம் வெற்றியடைய வீரர்கள் முக்கிய மாகையால் வீரர்களைத் திரட்டுதல் அனாவசிமான செலவுகளை நீக்கி, யுத்தத்தில் காயமடைந்துள்ள வீரர்களுக்குத் தேவையான பொருட் களை அனுப்பி வைக்கும் செஞ்சிலுவைச் சங்கத்துக்கும் யுத்த நிதிக்கும் பொருளுதவி செய்தல் தேவைக்கு மிஞ்சிய உணவுப் பொருள்களை சேமித்த வைக்காமலிருத்தல், பொய் வதந்திகளை நம்பாமலிருத்தல், அவைகளைப் பரவ வொட்டாமல் தடுத்தல் முதலி யனவாம். மேலும் எளிதாக எல்லோரும் செய்யக்கூடியதுஅவசியமற்ற காரியங்களுக்கு வெளியூர் பிரயாணம் செய்யாமலிருத்தல். இம்முறை களை நாம் கைக் கொள்வோமானால் சீக்கிரமாக வெற்றி பெறுவதற்கு உதவி செய்தவர்களாவோம். யுத்த காரியங்களுக்கு நம்மால் ஏற்படும் அசௌரியங்கள் எவை என்பதை நாம் கவனிக்க வேண்டியது நம் முக்கியக் கடமை. நம் நேச நாடுகள் வெற்றி யடையே வேண்டும். நமது நாடு செழிப்பாக வாழ வேண்டுமென்று விரும்பினால் நாம் செய்யக்கூடிய முக்கிய உதவி ரயில் பிரயாணத்தை இந்த யுத்தக் காலத்தில் ஒதுக்கித் தள்ள வேண்டியதுதான். யுத்தத்தை மும்மரமாக நடத்துவதற்கு இரும்பும் மரமும் அவசியம். இவற்றால் செய்யப்படும் பலவிதமான வண்டிகளில் ரயில் வண்டியும் ஒன்று. இன்றைய தினம்நம் நாட்டில் ஓடிக்கொண்டிருக்கும் ரயில் வண்டிகளில் பெரும் பாகம் பல யுத்த அரங்கங்களுக்கு துருப்புகளையும் ஆயுதங்களையும் பல உணவுப் பொருள்களையும் தூக்கிச் சென்ற வண்ணமிருக்கின்றன. ஆகவே, நம் நாட்டில் பொது மக்களின் உபயோகத்திற் கென்று இருந்த ரயில் வண்டிகளின் எண்ணிக்கை குறைந்துவிட்டது.

நிலக்கரிப் பஞ்சம்

அவ்வாறு குறைந்திருக்கும் ரயில் வண்டிகளுங்கூட, அடிக்கடி ஓட முடியாதவாறு சில தடுக்க முடியாத இடையூறுகளும் ஏற்பட்டுள்ளன. அவற்றுள் மிக முக்கியமானது நிலக்கரிப் பஞ்சம். அவ்வாறு இருந்தும், எண்ணற்ற துருப்புகளை நாலா பக்கங்களிலிருந்து இந்தியாவின் பாதுகாப்புக்காக ஏற்றிச் செல்லும் ரயில் வண்டிகள் இரவும் பகலும் ஓயாமல் ஓடிக்கொண்டே யிருக்கின்றன.

உணவுப் பஞ்சம்

அதோடு தற்போது ஏற்பட்டுள்ள உணவுப் பஞ்சத்தினால் பாதிக்கப் பட்டுள்ள இடங்களுக்கு அரிசி, மற்று முள்ள உணவுப் பொருள்

களைக் கொண்டு செல்லவும் விறகு மரம் முதலியவைகளை இதர இடங்களிலிருந்து வேண்டிய இடங்களுக்குக் கொண்டு செல்லவும் தற்போதுள்ள இரயில் வண்டிகள் போதுமானதா யில்லை. நெருக் கடியான இந்நேரத்தில் எதையும் சிந்தித்துப் பாராமல் முக்கியமற்ற காரியங்களுக்கு எல்லாம் ரயில் பிரயாணம் செய்கிறோம்.

ரயில் பிரயாணத்தின் தொல்லை

இம்மாதிரியான பிரயாணத்தினால் ஏற்படும் கஷ்டங்களோ அநேகம். பணத்தைக் கொடுத்து டிக்கெட் வாங்கியும் உட்கார இடமில்லாமல் ஜன நெருக்கத்தில் அகபட்டுக் கொண்டு மனிதர்கள் மேல் பெட்டியும், பேழையுமாகச் சகிக்க முடியாத கஷ்டத்தோடு குறித்த இடம் போய்ச் சேருவதற்குள் தலை தப்பியது தம்பிரான் புண்ணிய மென்றாகி விடுகின்றது. இவ்வளவு சிரமத்தோடும் படாத பாடு பட்டுக்கொண்டும் சில ஜனங்கள் ஏன் பிரயாணம் செய்கின்றார்கள் என்று கவனித்தால், இவர்களின் அறியாமைக்கும், சிரமத்திற்கும் துக்கப்பட வேண்டியிருக்கிறது. இவ்வளவு சிரமத்தையும் பணம் கொடுத்து வாங்கிக் கொண்டு பிரயாணம் செய்யும் ஜனங்களில் பெரும் பாலோர் போகும் முக்கிய காரியம் என்னவென்று விசாரித்தால், தன் சுற்றத்தாரின் பிள்ளைகளுக்குக் காது குத்தல், கோயிலில் திருவிழா, கோயிலுக்குக் குழந்தைக்கு முடியெடுப்பதாகப் பிரார்த்தனை, உறவினருக்கு நோய், நிச்சயதார்த்தம், விடுமுறைக்கு வேடிக்கையாக வெளியூர்பார்க்கப் போதல் போன்ற பதிலையே எதிர்ப்பார்க்கலாம். பணக்காரர்களாகவோ அல்லது உத்தியோகஸ்தர்களாகவோ இருப் பவர் கோடை விடுமுறைக்கோ அல்லு வேறு வேலையாகவோ வெளியூர் போக நேரிட்டால் அவர் தம் மனைவி, மக்களோடல்லமால் தம் பெட்டிகள் படுக்கைகளோடும் பல வேலையாட்களையும் இங்கிருந்தே அழைத்துச் செல்வது வழக்கம்.

பெட்ரோல் பஞ்சம்

யுத்த த்தினால் பெட்ரோல் பஞ்சம் ஏற்பட்டிருக்கும் இந்நாளில், பெட்ரோல் கஷ்டமறியாமல் மோட்டார்களைக் கேளிக்கையாகவும் பல தூர இடங்களுக்கு அனாவசியமாகச் செல்வதினாலும் பெட்ரோலும் வீணாகச் செலவழிக்கப்படுகின்றன. இம்மாதிரியான விஷயங்களில் குறிப்பாகப் பெண் மக்கள் தான் கூடுமானவரை முயற்சி செய்து முக்கியமற்ற காரியங்களை விலக்க வேண்டும். தேருக்குப் போவதோ,

திருவிழா பார்க்கப் போவதோ சிறு காரியங்களுக்கெல்லாம் வெளியூர் போகவேண்டுமென்று ஆண் மக்களை வற்புறுத்தி பணத்தையும் விரயமாக்கி சொல்லொண்ணாக் கஷ்டத்தோடும் ரயில் பிராயணம் செய்யத் துண்டுபவர்கள் பெரும்பாலும் பெண்களே. ஒரு காரியத் திற்குக் கட்டாயம் போய்த்தான் ஆகவேண்டுமென்று தாயாரோ மனைவியோ உபத்திரவம் செய்தால், அச்சங்கடத்தினின்றும் எந்த ஆண் மகனால்தான் மீள முடியும்? ஆகவே, பெண் மக்கள்தான் இவ்விஷயத்தில் சிரத்தை எடுத்துக் கூடுமானவரை அனாவசியப் பிரயாணங்களைத் தவிர்க்க வேண்டும். அம்மாதிரி நாம் செய்வதனால்,

யுத்தத்திற்கு நாம் எவ்வாறு உதவி செய்தவர்களாவோம்?

நாம் எவ்வளவு குறைவாகப் பிரயாணம் செய்கிறமோ, அவ்வளவுக்கு ரயிலில் போதுமான இட வசதியிருக்கும். இப்படி ஏற்படும் இட வசதியை, யுத்த சம்பந்தமான முக்கிய வேலையில் ஈடுபடுபவர்கள் பயன்படுத்திக் கொள்ளலாம். தம் சுற்றத்தாரைவிட்டு நீங்கிப் போருக்குச் செல்லும் வீரர்களை ஏற்றிச் செல்லவும் போரி னின்றும் தம் மனைவி, மக்கள், சுற்றத்தாரைக் காண பல நாட்கள் கழித்து திரும்பும் வீரர்களை அவரவர்கள் ஊருக்குக் கொண்டு சேர்க்கவும் உணவுப் பஞ்சத்தினால் பீடிக்கப்படும் மாகாணங்களுக்கு உணவுப் பொருட்களைக் கொண்டு செல்லவும் அயல் மாகாணங் களிலிருந்து நமக்கு வேண்டிய பொருட்களை இங்குச் சீக்கிரமே கொண்டு வந்து சேர்க்கவும், யுத்தத்தில் போர் புரியும் வீரர்களுக்கு உணவுப் பொருட்களை ஏற்றிச் செல்லவும் நாம் ரயில் வசதி செய்து கொடுத்தவர்களாவோம். பெட்ரோலும் யுத்தத்திற்குப் பல வழிகளிலும் முக்கியமாக இருப்பதால், நாம் நம்மால் எவ்வளவு கூடுமோ அவ்வளவு மோட்டார் பிரயாணத்தைக் குறைக்க வேண்டும். ஆகையால் நேசநாடுகள் வெற்றிபெற்று நாமும் சுகமாக வாழவேண்டுமென்று விரும்பினால்,

நம்மாலான உதவி

கூடுமான வரையில் ரயில் பிரயாணத்தைக் குறைத்தல், மோட்டார் பிரயாணத்தையும் குறைத்தல், தவிர்க்க முடியாத சந்தர்ப்பத்தினால் நாம் பிரயாணம் செய்ய வேண்டிவரினும் தம்மோடு தம் வேலைக் காரர்களைக் கூட்டிக் கொண்டு போகாமலிருத்தல் போன்றவைகளே. ஒவ்வொரு உத்தியோகஸ்தரும், பணக்காரரும் ஒவ்வொரு வேலைக்

காரனை விட்டுச் சென்றாலும் தினம் சுமார் பல நூறு பேர்கள் பிரயாணம் குறையலாம். இந்நூற்றுக் கணக்கானவர்களில் பயணம் தினம் குறைந்தால் அதனால் ரயில் வண்டிகளில் பல்வேறு இதர காரியங்களுக்கு இட வசதி ஏற்படலாம். யுத்தத்திற்கு அவசியமான காரியமாகச் செல்லும் வீரர்களோ அல்லது தளவாடங்களோ ஏற்றிச் செல்லப்படலாம். ஆகவே, இம்மாதிரியான அனாவசியமான பிரயாணங்களைக் குறைப்பதினால் நாம் அரசாங்கத்தாருக்கும் யுத்தத் திற்கும் பெருத்த உதவி செய்வார்களாவோம். நாம் செய்யும் உதவி யினால், இன்னும் அநேக வீரர்களும், யுத்த தளவாடங்களும் உணவுப் பொருள்களும் ஏற்றிச் செல்ல அனுகூலமேற்படுவதனால் நேசநாட்டி னருக்கு வெற்றியும் ஏற்படும். ஆகவே, சகோதரிகள் யாவரும் ஒரே மனதாக இக்காரியத்தில் சிரத்தையாக இருத்தல் அவசியம்.

யுத்த சஞ்சிகை, 07 ஜுலை 1944, பக். 5 -6.

5. ஜாதி வன்முறை

பள்ளர்-மறவர் சண்டை
குடிப்பதிலும் ஜாதி வித்தியாசம்!
திருநெல்வேலிச் சம்பவம்

திருநெல்வேலி, ஏப். 13

புதன்கிழமை யன்றுமாலை காந்தியப்பேரி கள்ளுக்கடை முன் பள்ளர்கட்கும் மறவர்கட்கும் ஓர் பலத்த சண்டை ஏற்பட்டது. இதற்குக் காரணம் அந்தக் கள்ளுக்கடையில் கட்குடிக்கும் உயர்ந்த ஜாதியினர் என்போருடன் பள்ளர்கள் கட்குடிக்கக்கூடாதென மறவர்கள் ஆட் சேபித்ததே. பலமான காயமடைந்த சில பள்ளர்களை சிகிச்சை செய்ய வைத்திய சாலைக்குக் கொண்டு போகப்பட்டது. அங்கு அவர்கள் சிகிச்சை பெற்று வருகின்றனர். திருவாளர்கள் சுந்தரம், வடிவேலு என்னும் சப் இன்ஸ்பெக்டர்களும் அநேகம் தாணக்காரர்களும் அவ் விடத்திற்குச் சென்று கலகத்தை அடக்கி நால்வரை கைது செய் துள்ளனர். இவர்களில் மறவர்கள், கோனார்கள், பிள்ளைகள் முதலி யோரு மிருக்கின்றனர்.

திராவிடன், 15 ஏப்ரல் 1929, மலர். 13, இதழ். 1, ப. 6.

கள்ளுக் கடையில் ஜாதித் தொல்லை: கள்ளர்-பஞ்சமர் என்ற தலைப்பிட்டு திராவிடன் பத்திரிகையில் ஒரு செய்தி வெளியானது. தஞ்சாவூரில் ஒரு இடத்தில் கள்ளுக்கடையில் ஆதிதிராவிடர் இருவர் கள்ளு குடித்துக் கொண்டிருந்தபோது அங்கு வந்த கள்ளர் சாதியைச் சேர்ந்தவர்கள் "பஞ்சமர்கள், பள்ளர்கள் கள்ளுக்கடைக்குள் பிரவேசிக்க லாகாதென்று" எதிர்த்து அவர்களைத் தாக்கியதால் ஏற்பட்ட மோதலில் செங்கோலன் என்பவர் இறந்தார்.

குறிப்பு: இந்தச் செய்தி திராவிடன் பத்திரிகையில் சிதைந்து இருந்ததால் அதை அவ்வாறே வெளியிடாமல் அதைச் சுருக்கி இந்நூலின் தொகுப்பாசிரியரால் எழுதப்பட்டது.

(திராவிடன், 18 டிசம்பர் 1930, மலர். 15, இத். 289, ப. 5).

கள்ளுக்கடை மறியலில் ஆதிதிராவிடர்கள் விண்ணப்பம்

எங்களைச் சேர்க்காத ஓட்டல்களில் ஏன் மறியல் செய்யக்கூடாது

ப. அழகானந்தம்

நுங்கம்பாக்கம், ஆக. 15

நேற்று வெள்ளிக்கிழமை (14-8-31) மாலை 6-மணிக்குச் சென்னை நுங்கம்பாக்கம் பொன்னா நகரில் அமையப்பட்டிருக்கும் கள்ளுக் கடையில் காங்கிரஸ் மறியல் காரியதரிசி திருவாளர் என்.எஸ். மாணிக்கம் அவர்களின் தலைமையில் நடைபெற்றது. அப்போது ஏராளமான பிராமணரல்லாதாரும், வண்ணார்களும், ஆதிதிராவிடர் களும் கள் குடித்துக் கொண்டிருந்தார்கள். அதனைக் கண்ட என். எஸ். மாணிக்கம் “குடியால் விளையும் கெடுதியும், துன்பமும்” என்ற பொருள் பற்றிப்பேசி குடிக்க வேண்டாமென்று கூறினார். அப்போது சென்னை நுங்கம்பாக்கம் பொன்னா நகர் சீர்திருத்த வாலிப சங்கத்தின் உறுப்பினர் வி.சுந்தரம்பிள்ளை விண்ணப்பித்ததாவது.

ஓட்டல் மறியல் வேண்டும்.

ஐயா,

தாங்கள் கள்ளுக்கடையை மறியல் செய்வதைப்பற்றி மிகவும் சந்தோஷிக்கின்றோம். யாங்கள் குடியினால் விளையும் கெடுதியைப் பற்றி விளக்க சென்னை நுங்கம்பாக்கம் திராவிட பாலிய கல்வி அபிவிருத்தி சங்கத்தின் ஆதரவில் திரு ம.ப. பரஸ்பாணி பிள்ளை அவர்களால் இயற்றப் பெற்ற "ரகுநாதன் அல்லது குடியின் கெடுதி" என்ற நாடகத்தை திவான்பகதூர் டி. வரதராஜலு நாயுடுகாரு தலைமையில் நடித்தோம். எங்களுக்கு அந்நாடகத்திற்கு, திவான்பகதூர் ஏ. ராமசாமி முதலியார் அவர்கள் சென்னை ஜில்லா மதுவிலக்கு பிரச்சாரக் கமிட்டியிலிருந்து 60 ரூபாய் இனாமளித்துள்ளார். இக் கள்ளுக்கடையை இங்கிருந்து எடுத்துவிடும்படி அநேக மனுக்களும் போட்டிருக்கிறோம். எனினும் நீங்கள் மறியல் செய்வதில் எனக்கு மிக சந்தோஷம் என்றாலும் தாங்களுக்கு யான் ஒன்று கூறவேண்டும் அதாவது எங்களுக்கு தாக மிருந்து வரும்போது ஓட்டல்களில் சென்றால் உங்களை விடமாட்டேன்; நீங்கள் ஆதிதிராவிடர்கள் என்றும், தெரியாமல் போய் அருந்திவிட்டால் அடியும் உதையும் விடுவது சரியா இதற்கு ஏன் காங்கிரஸ் கவலை கொள்ளவில்லை.

சாராயக் கள்ளுக்கடைகளில் மேல் சாதியாரும் யாங்களும் சமத்துவமாய் இருக்கிறோம். நாங்கள் சகோதர ஒற்றுமைகாட்டி ஒரே

விதமாய் ஆனந்தம்கொள்ளுகின்றோம். இதனைக் கெடுத்துவிட்டு ஓட்டலில் சேர்க்காவிட்டால் மேல்சாதியார் இப்போதிருப்பதிலும் அதிகமாய் மமதை அடைவார்களே! என்ற சங்கைதான் தோன்றுகின்றது.

ஆதலால் தாங்கள் அம்பட்டன் கடைகளிலும் ஓட்டல்களிலும் எங்களைச் சேர்க்கமாட்டேன் என்று கொட்டை எழுத்துக்களால் வரையப்பட்டிருப்பதை எடுத்துவிட்டு எங்களைச் சேர்க்கவும் இடம் கொடுங்கள் யாங்கள் ஒத்துழைக்கத் தயார். இதைவிட்டு ஓர் சாதியாரை சுயமரியாதைக்கு விரோதமாய் ஆதிதிராவிடர்கள் உள்ளே பிரவேசிக்கக் கூடாதென்று கூறுவது மதுபான மறியலைவிட இந்திய நாட்டு சகோதரர்களை அவமானம் படுத்துவது பெரியதாய் தோன்றவில்லையா? இதைப்பற்றி காங்கிரஸ் கவனிக்கட்டும் பின்னால் சுயராஜ்யம் தானே வருகின்றது என்று கூறி முடித்தார்.

பின் வந்திருந்த காங்கிரஸ் மறியல் தொண்டர்கள் யாவரும் நீங்கள் கூறுவது மிக உண்மையே யாங்கள் வருகின்ற வாரம் கூடும் காங்கிரஸ் மீட்டிங்கில் இவ்விண்ணப்பத்தை கூறி இங்குள்ள பார்ப்பன கிளப்பிலுள்ள போர்டையும் அம்பட்டன் கடையிலுள்ள போர்டையும் எடுக்க நாங்கள் ஏற்பாடு செய்வதுடன் யாவரும் சகோதரர் என்ற நோக்கத்துடன் சேர்ந்து அதே கிளப்பில் சிற்றுண்டி அருந்த ஏற்பாடு செய்கின்றோம் நீங்களும் ஒத்துழைக்க வேண்டுமென்று கேட்டு, பாரதியார் பாட்டுடன் இரவு 8-30 மணிக்கு தங்கள் விடுதிக்கு ஏறினார்கள் என்று திரு ப. அழகானந்தம் எழுதுகிறார்.

திராவிடன், 18 ஆகஸ்ட் 1931, மலர். 16, இதழ். 89, ப. 7.

ராமநாதபுரம் ஆதிதிராவிடர்களும் தென்னிந்திய காங்கிரஸ் தலைவர்களும் – மீனாம்பாள் சிவராஜ்

ராமநாதபுரம் ஆதிதிராவிடர்களுக்கும் கள்ளர்களுக்கும் நடந்த கலகம் யாவரும் அறிந்த விஷயமே. ஏழை ஆதிதிராவிட மக்கள் கேவலம் மிருகத்திலும் தாழ்த்தப்பட்டவர்களாக நடத்தப் படுவதுமல்லாமல், ராமநாதபுரத்தில் ஆதிதிராவிட ஸ்திரீகள் மேல்துணியும் அணியக்கூடாதென்று கட்டாயப்படுத்தப் படுகிறார்கள். அதிலும் இந்தியாவில், (மஹாத்மா காந்தி ஜாதி வித்தியாசம் கூடாது. இந்தியர்கள் யாவரும் சகோதரர்கள்; நாம் யாவரும் சுயராஜ்யத்திற்காக ஒன்றுபட வேண்டுமென்று இந்தியர்கள் யாவருக்கும் விண்ணப்பித்துக் கொள்ளுமிச்சமயத்தில்) இம்மாதிரி அநியாயம் நம் மிந்தியர்களுக்குள்ளாக

நடந்த தென்றால் அந்நியர்கள் ஏன் நம்மைக் கேவலமாக மதித்து நடத்தமாட்டார்கள்?

ஓர் இந்து ஆதிதிராவிடன் கிருஸ்துவ மதத்தைத் தழுவி ஓர் கிருஸ்தவனாகவோ அல்லது மஹம்மதிய மதத்தைத் தழுவி மஹம் மதியனாகவோ திரும்பிவிட்டால் அப்பொழுது அவன் ஜாதி இந்துக் களென்று சொல்லிக் கொள்ளப்படுகிறவர்களால் சரிசமானமாக நடத்தப் படுகிறான். இஃதென்ன அனியாயம்! தன்மதத்தாரால் தாழ்த்தப்பட்டு புறக்கணிக்கப்படுகிறவன் வேறு மதத்தைத் தழுவினதும் கௌரவிக்கப் படுகிறான். இதைவிட அகௌரவம் வேறில்லை. இனியேனும் நம் இந்து சகோதரர்கள் தங்களுக்குள் ஒற்றுமையாக நடப்பார்களாக!

இது விஷயமாக சில அங்கத்தினர்கள் சென்னை சட்டசபையில் தீர்மானம் கொண்டுவந்தும் ஒன்றும் நடக்கவில்லை. அவர்கள் யாவரும் சர்க்காரால் நியமிக்கப்பட்டவர்கள். "ஏழைச் சொல் அம்பலம் ஏறுமா?" என்னும் மொழிபோல் அவர்கள் என்ன முயன்றும் ஒன்றும் நடப்பதாகக் காணோம். இவ்விஷயத்தில் போலீஸ் அக்கிரமமோ சொல்ல வேண்டியதில்லை. "பிள்ளையையும் கிள்ளிவிட்டு தொட்டி லையும்" ஆட்டின கதைபோல ஆதிதிராவிடர்களுக்கு உதவி செய் வதைப்போல் மேலுக்குக் காண்பித்து உண்மையாக அவ்வாறு செய்யாமலிருக்கிறார்கள். இதற்குக் காரணம் போலீஸில் போது மான ஆதிதிராவிடர்களை நியமிக்காமலிருப்பதே, நிற்க. இவ்விஷய மாக ஆதிதிராவிட பிரதிநிதிகள் கவர்ண்மெண்டாரிடம் மன்றாடுவ தெல்லாம் "காட்டில் காயும் நிலவைப்போல்" யாதொரு பயனையும் பயக்குமென்று எதிர்பார்க்க முடியாது. இனி ஜாதி வித்தியாசம் ஒழியவேண்டுமென்றால் அது காங்கிரஸாரால்தான் நீங்கவேண்டும். காங்கிரஸார் குடியை ஒழிப்பதைப் பற்றியும்; அந்நிய துணி பகிஷ் காரத்தைப் பற்றியும்; பட்டணங்களிலும், ஜில்லாக்களிலும், தாலுக் காக்களிலும், கிராமங்களிலும் போய் பிரசங்கம் செய்கிறார்கள். இந்தி யாவின் விடுதலைக்காகப் பாடுபடும் காங்கிரஸார் ராமநாதபுரத்தில் பிரசங்கங்கள் செய்தபோது ஏழை ஆதிதிராவிடர்கள் விஷயமாக அவர்கள் ஓர் வார்த்தையும் சொல்லாமற்போனது மிகவும் வருந்தக் கூடிய விஷயமே. காங்கிரஸ் தொண்டர்களைப் போலீஸார் தாக்கி னதைக் குறித்து எவ்வளவோ பிரசங்கங்கள் நடந்தன. குடி, அந்நிய துணி பகிஷ்கார விஷயத்தில் எவ்வளவோ மறியல்கள் நடந்தன. இந்து முஸ்லீம் கலகம் நடந்தபோது எவ்வளவோ பிரசங்கங்கள் நடந்தன. ஆயினும் ஏழை ஆதிதிராவிடர்கள் அதிலும் ஸ்திரீகள் மேலாடை உடுக்கக்கூடாதென்று உபத்திரவப் படுத்தப்படும் விஷயத்தில் தென் னிந்திய காங்கிரஸ் தலைவர்கள் அசிரத்தையாக இருப்பது மிகவும்

தரித்தரியமே. இனியேனும் தென்னிந்திய காங்கிரஸ் தலைவர் உயர் திருவாளர் சக்கரவர்த்தி ராஜகோபாலாச்சாரியாரும் மற்றுமுள்ள காங்கிரஸ் தலைவர்களும் ஏழை ஆதிதிராவிடர் ஸ்திரீகள் விஷயமாய்க் கவனிப்பார்களா?

திராவிடன், 23 மே 1931, மலர் 16, இதழ் 16, ப. 5.

Daily Express, 10.07.1924.

MR. SRINIVASAN'S MEMORANDUM

The following is the memorandum submitted by Mr. R. Srinivasam, M.L.C., Founder, Dravida Mahajan Sabha, Madras, representing the so-called untouchables and unapproachable of the Madras Presidency.

Present Position of the Community

In submitting this memorandum to the Royal Commission on Public Services in India I respectfully state that though my community is the most ancient consisting of the bulk of the population mostly agrarian of Southern India, it has no account of the rigid system of caste that **usevails** in this part occupied a very unenviable position which even in spite of the enlightened British Government remains in the lowest position in the social and political life of the country. And my community still lags behind others in every respect by reason of the social barriers placed from time immemorial. Thanks to the benign British Government whose principles of equality and justice has enables us to taste the fruits of education members of my community have been trying their level best to free themselves from these shackles but they are at a disadvantage and apart from making slight progress here and there the community as a whole has not till now been able to make much headway and keep abreast of the other people of the county. And some thirty years ago when the rest of the Indian communities who have been immensely benefited by the system of western education agitated for the holding of the Indian Civil Service examination simultaneously in England and India my community through the Sabha I founded submitted a petition to Parliament in the month of December, 1893, protesting against the holding of such examinations. In submitting a copy of that memorial for perusal of the Commission I stake that the fact and conditions mention and the reasons assigned therein are unaltered even to this day. But the Mohamedan fellow-subjects which we have mention in our memorial to Parliament and whose grievances were similar to ours have since made immense progress by reason of their not having the brand of untouchability placed on them.

Change for the Better

But I should not fail however to mention that in recent years a slight change in the attitude of the education section of the caste Indians towards the elevation of their less fortunate brethren is perceptible. And although I am reluctant to wound the feelings of these liberal-minded Indians and provoke their hostility I am bound in fairness to my community to say that the generality of Indians in service as well as of the public are averse, by reason of their caste system to the welfare of my community and are greatly hindering our attempts at progress and happiness as evidenced by the strong opposition to the proposal of some to the removal of untouchability and for allowing entry into the temples.

European Necessary for Looking After the Community

Knowing full well how my community stands when compared with other castes communities the Government thought fit to appoint an officer to protect our interest and this appointment was strongly opposed and his staff was reduced by the elected members of the Legislative Council consisting mostly of caste Indians. And generally all attempts and good intentions of the Government to ameliorate the condition of my community in the education and revenue departments are frustrated by the existence of caste Indians from the lowest to higher grades of these departments. Hence the imperative necessity for the predominance of the European element to safeguard the interests of my community. And I may add that as the interest of my community is involved in all the departments of the Government I would urge that Europeans should be at the head of them all to appeal to.

Reform Premature

And further the nominating of members of my community to the Provincial and other lower Councils however satisfactory they may be have not resulted in much good as the majority in these Councils consist of caste Indians. For instance the Village Panchyat Act of 1920 and the Forest Panchyat Act introudced after the Reforms are not conducive to the best interest of my community and are prejudicial to them. For these are measures to arrest the progress of my community and keep it under the tyranny of the village caste men who are not competent to sit in an arbitration of a communal council without any prejudice I would appear that the legislature had not in view the untouchability when they passed the Bill and the rules of the Act of 1920. For these reasons it is necessary that the interest and welfare of my community should be in the hands of the reserved half of the administration and that the European element should be reserved in the Services as at present. And I am of opinion that Reforms recently introduced is premature and appears as if it was forced on the country, for the reason the general Indian public is as ignorant as ever and my community in particular is very very backward in education and in other respects.

And unless the Government and the caste Indian public hasten to ameliorate the condition of my community and that of those similarly situated, socially and economically, I am of opinion the declared policy of the British Government to help Indian is the gradual attainment of responsible government would have to be very very slow and not as quick as the educated Indian make it appeal. The voice of the dump millions is not heard in the Councils of the Empire. If adequate expression is given to their feeling attempts at reform would be greatly different.

G.O. 712, Law General (Ordinary). 03.03.1925.

TERRORISING THE DEPRESSED CLASSES
TO THE EDITOR OF THE MADRAS MAIL

Sir, In your sub-leader of the 28th instant, you express the opinion that the help as regards the "Terrorising" of the Depressed Classes could be had only from the Official forces of law and order; but it will an eye opener to you if I produce evidences to show that the terrorists are instigated more by the Police than by the so-called high caste men. Only yesterday I had a very pathetic letter from one of our leading men and I have also evidence to show that the Police have been at the bottom of the most of the troubles and they are systematically encouraging such terrorism. Under such circumstances don't you feel that the only protection the poor people can have is in arming them for self protection, and I want to impress upon you that the men who will be armed are not mere childish or less responsible than the oppressors who are freely given licences to posses fire arms. It would have been better if you had suggested any other suitable remedial measures.

R. Veerian
Coimbatore, May 30 1925.

GRAVE ALLEGATIONS

Ina a letter which we publish in this issue, Mr. R. Veerian, the representative of the Depressed Classes in the Madras Legislative Council, makes grave charges against the police. He says that he can produce evidence that those who terrorise the Depresses Classes in the South Arcot District- commented on in theses columns on May 28 "are instigated more by the police than by the so-called high caste men". Such charges, made by a responsible member of the Legislative Council, demand investigation and a reply by the heads of the Police Department and will, we trust, receive them. Unanswered such charge would tend to increase popular distrust of the police and public which Mr. ARMITAGE rightly asks for. More especially is a reply called for since MR. VEERIAN makes the attitude of the police of the affected area a reason for again advancing his claim that the leaders of the Depressed Classes should be allowed to possess arms for self-defence. We reiterate that we do not regard the arming civilians, however cautious, as a wise method of securing peace and security. The police are entrusted with that duty, and individual citizens, undisciplined and unorganised, should not be allowed to usurp their duty. MR. VEERIAN misunderstood the tenor of our remarks on this matter. We do not suggest that the leaders of the Depressed Classes in the District are childish or irresponsible, but we do suggest that in times of crisis excited men use weapons often without thought of the consequences, and; further, that there are those in every community quite prepared to provoke trouble in order to put to rival in the wrong. We suggest that MR. VEERIAN instead of asking that

Depressed Classes be armed should take up matter with the Inspector-General of Police and the Government.

G.O. 2596, LAW GENERAL 18.08.1925.

TERRORISING THE DEPRESSED CLASSES

TO THE Editor, "Swarajya". 12.06.1925

Sir, With a view to keep down the Depressed Classes in their present condition the Castemen and land-lords of the village Perungalur of Chidambaram taluk of South Arcot District, prevented these laboring classes of men, by threats and terrorizing, from getting a chance to reach their protector in the District (the Labour Officer) so that they may not have labour schools, co-operative socities, wells, house sites, pathways, cultivable lands and other concessions now being granted by Government. But the necessity to find water keep their souls and bodies together forced these oppressed men to approach their protector, as their women were not allowed access to a tank in their village and had to walk a mile for water. On the 21st instant a special overseer had been sent by the protector to find a spot to sink a well. While he was diggings a hole within the Cheri site with the assistance of the Depressed Classes men it is alleged that village Munsiff and a Mirasidar sent word to stop the work and ordered the men to muster together in the caste men's street before the Munsif, which order the terror-stricken men did not obey as the feared that they might be molested. Thereupon during the early part of that night the caste men came up to the hamlet of these men and terrorized them by assaulting them and forcing them out of the cheri. One of the Depressed classes men was seriously injured and taken to the local hospital for treatment. It is alleged that the Village Munsiff has not taken any step to protect the men from the terrorisers. The police reached the place a week after the incident. Such action on the part of these high-caste and employers of labour not only mars the progress of the Depressed Classes and the country but jeoparadise the work of the Labour Department and sooner or later will turn into a serious disturbance. A suggestion to post punitive police in these affected areas of South Arcot, I think, will not be cut of place, to allow the Labour

Departmnet to work freely from such hindrance and protect the terror-haunted untouchables.

Poonamalli R. Srinivasaa, M.L.C.

June 10th

Madras Mail 12.06.1925

It is the time that the Government made some official reply to Mr.R. Srinivasa's statements regarding the terrorising of the depressed classes in South Arcot. We publish to-day another communication from him containing grave charges against castement and public servants in the Chidambaram Taluq. In the absence of any Government denial of these and previous charges the public can only conclude that Mr. Srinivasan's statements are not without justification and that in an important area in South India a large section of illiterate and helpless people are being subjected to the worst possible form of tyranny, denied facilities even to obtain water wherewith to slake their thirst. Seemingly the Protector of the Depressed Classes in the District is powerless, and the hoses of the depressed are raided and they are mercilessly beaten by castement. If these thing be true, and no official denial has yet appeared, the police and other officials of the district, and the educated public too, are sorely failing in their duty. Mr. Srinivasan writes: "Such action on the part of castement and employers of labour not only mars the progress of the depressed classes and the country, but jeoparadise the useful work of the Labour Department, and might sooner or later result in a serious disturbance". This is true, but much graver issues are at stake. If the conflict between the castement and the depress classes is as bitter as MR. SRINIVASAN portrays it, then the employers of the affected district are to-day giving hostages for future trouble. With the spread of education the Depressed Classes will rise, and they will carry with them memories of past oppression, memories which will not encourage goodwill towards those who now persecute them. Life is a see-saw, the ups of to-day are the downs of to-morrow, and wise men do not tyrannise over those whom fate has temporarily placed in positions inferior to them. For the plank moves and the tyranny of to-day provokes the retribution of the tomorrow.

G.O. 2596. LAW GENERAL 18.08.1925.

Daily Express, 10.01. 1924 G.O. 382, 27.04.1925.

Mr. Rajah and Mr. Srinivasan's Oral Evidence

Rao Bahadur M.C. Rajah, Honorary Secretary, Madras Adi Dravida Mahajana Sabha and Mr. Rettimalai Srinivasan, Founder, Dravida Mahajana Sabha, were examined.

Lord Lee: I see in one of your papers you put in a claim that your community represents 1 – 5 of the population of the Presidency.

Mr. R. Srinivasan: Yes.

Lord Lee: And that it pays one half of the revenue.

Mr. R. Srinivasan: I do not mean that they pay directly but I say indirectly by labour and some other means.

In reply to Lord Lee Mr. Rajah added that the Depressed Classes were the wealth producing population in the country and it was they that helped other classes to pay taxes or kists to Government. It was their hard earned labour that enabled other men to pay enormous amount of taxes to the Government.

Lord Lee: Now your main case is, as I understand that such improvement as you have been able to source in your position as a community has been mainly due to the efforts of the European services.

Mr. Rajah: Exactly so.

Lord Lee: And that you are afraid that if the European services are diminished, you will not only not get any improvement in your condition but lose what you have already won. ……

Mr. Rajah: Absolutely necessary.

Lord Lee: Looking from that point you do not wish to see Europeans element diminished.

Mr. Rajah: No.

Lord Lee: You apply that to the Judiciary.

Mr. Rajah: We apply it to all the branches of Services.

In reply to a question put by the President, Mr. R. Srinivasan replied that men engaged in the lower services were mostly castemen and the members of his community were not given any chance. His own men were engaged for the labour and they were neglected.

The President: You say that if you don't have European officers you will be discriminated against.

A: Yes.

Lord Lee: It is your case that you do not get a fair hearing in Courts except from European Judges?

A: It is due to caste prejudice. In the Lower Courts (in the Taluq Courts and the District Courts) our men are not allowed to get into them. They are kept outside.

The President: If you are a litigant and when the case it tried, are you not allowed to enter the Courts?

Mr. R. Srinivasan: Our men are not allowed. The question is put to the man standing outside and the answer is transmitted by the daffadar or messenger to the Magistrate. This practice obtains in the Sub-Divisional Courts.

Lord Lee: Do you mean to say that that practice is widespread in the Presidency?

A: In most of the Courts, but there may be exception.

Lord Lee: Is this the case when a European presided over the Courts?

A: There is not trouble. We are admitted into the Courts, and we have a chance for speaking ourselves and defending ourselves.

The President: Then as regards education I understand your paper says that one of the chief grievance is that you are not admitted into schools and that you are not given opportunities for qualifying yourselves for higher places in the country. What is that due to?

A: It is due to caste. Our boys are not admitted into the caste schools. Even in Government Schools it its difficult for our boys to get admission.

The President: Is it legal that you should be kept out?

A: No. It is not legal. The Government are trying to do their best.

To a further question put by the President as to what would happen if the boys belonging to the Depressed Classes were admitted, witness stated that the caste men would strictly stay away from those schools.

Lord Lee: You are for keeping Europeans in the education service as teachers and inspectors?

A: Much more as teachers...

6. சங்கச் சச்சரவுகள்

ஆதிதிராவிட தலைவர்களுக்கு வேண்டுக் கோள் – ஓர் ஆதிதிராவிடன்

சென்னை மாகாணத்தைப் பொருத்தமட்டில் எத்துனைத் தலைவர்களோ தோன்றி ஆதிதிராவிடர்களின் குறைபாடுகளை போக்கி நன்நிலையில் கொண்டுவந்து விடுவதாய் வெறும் வேதாந்தம் பேசி முடிவில் தனக்கு ஏதாகிலும் பட்டம் பதவி வருமா என்று எதிர்பார்ப்போராய் விளங்குகின்றனர். அவர்கள் இசைமொழியில் கட்டுண்ட பாமர மக்கள் என்ன செய்வார்கள் பாவம் உண்மை என்று கருதி முடிவில் கண் விழிக்க நேரிடுகின்றது. இதை காணும் பொருட்டும் கேட்குந்தோறும் எவர் மனம்தான் கலக்கப்படாமலிருக்கும். 1917-ம் ஆண்டில் சென்னை எழும்பூர் ஏரியில் ஆதிதிராவிடர்களின் பகிரங்கக் கூட்ட மொன்றில் நம் கண்களை திறந்து வைத்த உயர் திரு டி.எம். நாயர் பெருமான் நம் மாபெருந் தலைவராகிய ராவ்பகதூர் எம். ஸி. ராஜா எம்.எல்.ஏ. அவர்கள் முன்னிலையில் நீங்கள் வாயில்லா விட்டில் பூச்சிகளாய் வாழ்கின்றீர்கள். நீங்கள் இன்னும் உறங்கிக் கொண்டிருந்தால் உங்கள் நிலைமை பரிதாபமாய் முடியும் என்றும் நீங்கள் உடனே எழுந்திருங்கள். நாங்களும் வேண்டிய உதவி புரிகிறோமென்று வீரகர்ச்சனை இட்டு சென்ற பின் 1892-ம் வருடம் கனம் ஷாப். பி.வி.சுப்பிரமணியம் பிள்ளையால், ஆதிதிராவிட ஜன சபை என்று கண்டுபிடிக்கப்பட்டிருந்த சபையை மீண்டும் நிலைக்கச் செய்து 1919 வருட மாண்டேகு சீர்திருத்தம் வந்துள்ளபோது பேட்டிக் கண்டு, சென்னை ஆதிதிராவிட மகாஜன சபை என திருநாமம் பூண்டு நம் மாபெரும் தலைவர் ராவ்பகதூர் எம்.ஸி.ராஜா அவர்களால் வளர்க்கப்பெற்று அதிக நலன்களை செய்து வந்துள்ளதென்பதை எவர் தான் மறுப்பர். ஆயினும் சில இரண்டாண்டுகளுக்கு முன் சிலர்கள் சபையின் கட்டுக் கொலையும்படி செய்தார்களாயினும் சபையானது மிகபெரிய தாய் அகில இந்திய ஆதிதிராவிட மகாஜன சபை என்று மாற்றப் பெற்று அரசாங்கச் சட்டப்படி, ரிஜிஸ்டர் செய்து,

பல துரைகளில் நல்ல வேலைகள் செய்தும் 1928 ஆண்டில் எவ் வகுப்பினரும் ஆச்சரியப்படும்வண்ணம் அகில இந்திய தாழ்த்தப் பட்டவர்களின் மகாநாட்டை நடத்திவைத்துள்ளதை கண்டோர் யார்தான் ஆனந்தம் கொள்ளாதிருப்பர். எனினும் அக்கழகம் இச் சபையில் பிளவுபட்டு சென்றிருந்தோர்களும் சமாதானமுற்று பழமை யான, சென்னை ஆதிதிராவிட மகாஜன சபையை நடத்துவதென்றும், ஆனால் இருதரத்தாரும் ஒன்றுபட்டுவாக்கின் தொகுதியால் நிர்வாகிகல் தேர்ந்தெடுத்து நமது மக்களுக்கு தொண்டாற்றுவதென்று உடன் படிக்கை செய்துக்கொண்டு இன்னும் வாளாயிப்பதேனோ அறியேன். இவர்கள் கவனியாதிருப்பதால் சில நடுக்கொள்ளைகாரர்கள் புகுந்து நம் பங்கை எடுத்துக்கொள்வதோடு யார் கொடுத்தது மானியம் என்றால் தனக்கு தானே அளர்ந்து கொண்டேன்" என்பதுபோல் சந்து பொந்துகளிலெல்லாம் தலைவர்களாய் தோன்றி விட்டார்கள். சட்டசபைகளிலும் முனிசிபல் சபைகளிலும் பெரிய பெரிய பட்டங் களும் தாம் நினைக்கக்கூடாத இடங்களுக்கெல்லாம் சென்று நம் குடுப்பத்தினர் பெயரையும் கெடுத்துக்கொண்டும் சட்ட சபையில் மின்சாரி விசிறியின் காற்றில் நித்திரை கொள்ளவும் நேரிட்டுவிட்டது. என்னே நம் தலைவர்களின் கூற்று இவ்வுலகத்தில் என்னன்ன மாறுதல்களும் சைமன் கமிஷன் வட்டமேஜை மகாநாட்டின் திட்டங் களும் அவரவர் வகுப்பினர்களின் சபைகளில் மகாநாட்டுகள் கூட்டி தீர்மானங்கள் நிறைவேற்றுகின்றார்கள். நம்மட்டோ மௌனம் சாதிப் பதில் என்னபயன் அடையமுடியும். தலைவர்கள்! அழ்ந்த நித்திரையை விட்டெழுங்கள் நம் உண்மையான சபையை கிளப்புங்கள் நம்மக்கள் நலம்பெற ஊழியம் செய்யுங்கள். இரண்டாம் முறை கூடப்போகும் வட்டமேஜை மகாநாட்டிற்கு கற்றோர்மதிக்கும் கனவான்களை தேர்ந்தெடுங்கள். மாகாணத்தின் கிளை சங்கங்கள் தாயை இழந்த கன்றுபோல் தவிக்கின்றன. உடனே எழுந்து ஆதரியுங்கள் அன்றேல் கஷ்டம் விளையும். ஜனசேவையில் பட்டத்தை எதிர்பாருங்கள் அவை தான் என்றும் அழியாபட்டம். சென்னை தலைவர்களே "ஓம்ரூல்" கட்சிவந்தபோது கர்சித்த சிங்கங்கள் தற்போது பூனை குட்டிகளாய்விட்டதா? எங்கே வீரர்கள்! நமக்கு பத்திரிகையில்லை எனினும் நம் 'திராவிடன்' உங்கள் கட்டுரையை வரவேற்கின்றார்கள் உடனே அவனை போற்றி வளர்க்கச்செய்யுங்கள். நம் நாடு விர்த்தி யடையும் நம்மக்கள் முன்னுக்கு வருவார்கள் என ஓர் ஆதிதிராவிடன் எழுதுகிறார்.

திராவிடன் 11 மே 1931, மலர். 16, இதழ். 5, ப. 2.

சென்னை ஆதிதிராவிட மகாஜன சபையின் உண்மைத் தத்துவம்

திரு. பி. ராஜகோபாலன் எழுதுவது

"ஆதிதிராவிட தலைவர்களுக்கு வேண்டுகோள்" எனத்தலைப்பீந்து 11-5-30 திராவிடனில் வரைந்திருக்கும் பொருத்தமில்லாத சில விஷயங்களை நீக்கி உண்மையைக்காட்ட இச்சிறு விளக்கத்தை சுருக்கமாகயெழுத முற்பட்டேன்.

கனவான்களே! ஆதிதிராவிட மக்கள் முன்னேற்றம் கருதி நமது பெரியார்களான கனம் ஷாப்பு பி.வி. சுப்பிரமணியம் பிள்ளை, ஸ்ரீமந். ம.க. சின்னத்தம்பி பிள்ளை மற்றும் பல ஆறிஞர் கூடி 1892ம் வருடம் ஆதிதிராவிட ஜன சபை என ஒரு சபை ஸ்தாபித்தும் அது ஒழுங்கில்லாமல் கேட்பாரற்று அழிந்துவிட்டதும் உண்மை. 1917-ம் வருடம் தென்னிந்திய மக்கள் நலவுரிமைக்கு பாடுபட வீரமுழக்கம் செய்த டாக்டர் நாயர், பெருமான் சர்.பி. தியாகராயர் பெருமான் ஆகியவர்களால் ஆதிதிராவிட மக்கள் விழிப்படைந்து, அரசியல் திருத்தம் வழங்க வந்த செம்ஸ் போர்ட் பிரபு அவர்களை 1919-ம் வருஷம் சென்னை ஆதிதிராவிட மகாஜன சபை என்னும் பெயருடன் ஒரு சில பகுதியார் பேட்டி கண்டதும் வெளிப்படையாம். இச்சபையானது பொதுமக்கள் நலத்தை நாடியுழைக்காமல் ஒரு சில பகுதியாருக்கே உரிமையுற்று பொது மக்களுக்கு யாதொரு பயனும் விளைவிக்காமல் க்ஷ சபையின் கௌர காரியதரிசியாயும் ஆதிதிராவிட மாபெருந் தலைவராயும் விளங்கியிருந்த ராவ்பகதூர் எம்.சி.ராஜா அவர்களுக்குத் தெரியாமல் ஒருசிலநாள் மேற்படி சபையின் பேரால் புத்தகத்தைத் தூக்கிக்கொண்டு பணம் வசூலிப்பதும், சிற்சில சமயங் களில் கூட்டங்கூட்டுவதும் அதற்காகத் தலைவர்களிடம் ரூபாய்கள் வசூலித்து தாங்கள் முக்கால்பாகம் உண்டு உடுத்து கால்பாகத்திற்கு 1 காஸ் லைட்டும் 500 நோட்டீசும் போட்டுவிட்டு பிழைத்துவரு மாயிருந்தார்கள். இத்திருவிளையாடல்களை யெல்லாம் ஆதியோடந்த மாயறிந்தவரும் அவ்வப்போது வேண்டும் பொருளுதவி புரிந்தவரும் ஆதிதிராவிட உண்மைத் தலைவருமான உயர்திரு அ. முருகேசப் பிள்ளை அவர்களால், ரிஜிஸ்டர் சபை, ரிஜிஸ்டர் சபை என "ஏய்த்து வந்த" வஞ்சகர் வியப்படைய எல்லா ஆதிதிராவிட மக்களுக்கும் உரிமையிருக்கும்படி 1929-ம் வருட அரசாங்க சட்டப்படி பதிவு செய்தார். இச்சபையை ரிஜிஸ்டர் செய்தது பிடிக்காமம், பிழைப்பு

போய்விட்டதே! இனி பிழைக்கும் வகைவேண்டும் என அகில இந்திய ஆதிதிராவிட மஜாஜன சபை என்று தூண்டி பிறப்பித்து, அதனால் வசூலிக்கும் தொழில் மேற்கொண்டார்கள். சென்னையின் ஆதிதிராவிடர்கள் விழிப்படைந்து விட்டமையால் பயன் பெற வில்லை என்றும், கோதாவரி டிஸ்டிரிக்ட் திரு கே.வி. சாமி என்பவரை வரவேற்புக் கழகத் தலைவராய்க்கொண்டு சென்னை வி.பி. ஹாலில் மகாநாடு கூட்டி, வசூல் கொஞ்சம் நடந்த து. துர் அதிர்ஷ்டமாக வரவேற்புக் கழகத்தலைவரா யிருந்த திரு.கே.வி.சாமி என்பவர் மீது மோசப்பிரையாது எண்பிக்கப்பட்டு அரசாங்க சட்டப்படி க்ஷ சாமி என்பவர் சிறைவாசம் செய்ய ஏற்பட்டது எனவே அகில இந்திய ஆதிதிராவிட மகாஜன சபை ஏற்பட்டு செய்த பெரிய வேலை என்ன வென்றால் இந்த சபையின் மகாநாட்டின் வரவேற்புக் கழகத் தலைவர் திரு.கே.வி.சாமி என்பவர் சிறைவாசம் செய்ததேயாகும். இப்போது உயர் திரு. அ.முருகேசம் பிள்ளை அவர்களால் ரிஜிஸ்டர் செய்திருக்கும் சென்னை ஆதிதிராவிட மகாஜன சபையில், நங்குல பெரியார் திரு. ஷாப்பு சுப்பிரமணியம் பிள்ளை, கௌரவ காரியதரிசியாயிருந்த ராவ் பகதூர் எம்.சி.ராஜா எம்.எல்.சி, மற்றும் மற்றும் சட்டசபை மெம் பர்கள், முனிசிபல் கௌன்சிலர்கள் ஆகிய பெருமக்களுடன் பண மோசமின்றி ஒவ்வொரு விஷயங்களும் முறையாக நடந்து வருவதுடன் அநேக கிளைச்சபைகளை அங்கங்கே திறப்பு விழாக்கள் ஆதி திராவிடர்களுக்கு வேண்டிய வசதிகள் நடத்தி வருகிறதைப் பத்தி ரிகை மூலமாகவும், ரிக்கார்ட் மூலமாகவும், அனுபவமாகவும் அறியக் கிடக்கிறது. இத்தகைய உண்மைகளை மறைத்து வைக்கவோ தன்னலங் கருதியோ, காசுபறிக்கவோ வீண் உரைகள் பெயரில்லாமல் எழுதி யிருக்கும் பொய்யைப் பலமாக கண்டிக்கிறேன். மேற்படி சபையின் வேலைகளை அறிந்துகொள்ளும் விருப்பமுடையவர்கள் நேரிலாவது கடித மூலமாகவது அறிந்து கொள்ளலாம். இச்சபை பொது நோக்குடையதாய் தனிப்பட்ட ஒரு நபருக்கோ தலைவருக்கு வேலை செய்யாது பொதுநலமாக உழைத்து வருகிறது.

திராவிடன், 21 மே 1931, மலர். 16, இதழ். 41, ப. 2.

"திரு. இராஜாவும், அவரைக் குறை கூறுபவர்களும்"
திரு. பி.எம்.தாஸ் கூறுவதென்ன?
ஒரு ஆதிதிராவிடர் சந்தேகம்

"திராவிடன்" ஆசிரியவர்கட்கு

ஐயா,

கடந்த மார்ச் மாதம் 31-ந் தேதியன்று "மெட்ராஸ் மெயில்" என்னும் ஆங்கிலப் பத்திரிகையில், திரு. பி.எம்.தாஸ் என்பவரால் எழுதப்பட்ட "திரு இராஜாவும், அவரைக் குறை கூறுபவர்களும்" என்ற தலைப்புடைய கடிதமொன்று வெளியிடப்பட்டிருக்கிறது. அதில் திரு. தாஸ் ஆச்சரியப்படத் தக்கதும் கூர்ந்து பார்க்கத் தக்கது மான அறிக்கைகளைக் கூறியிருக்கிறார்.

தங்கள் பத்திரிகை வாயிலாக முதலாவதாக திரு. பி.எம்.தாஸிட மிருந்து சில விஷயங்களை யறிய விரும்புகிறேன். இவர் சமீபத்தில் கிறிஸ்தவராக மாறியவர். 1895-ம் வருடத்திலிருந்து பல வருடங் களாக, பறையர் மஹாஜன சபையின் சார்பாக, ஜில்லாக்களில் அரசியல் பிரசார வேலையைச்செய்துவந்த திரு பொன்னுசாமியின் குமாரராவார். ஏறக்குறைய 1892-ம் வருடத்தில் திரு எம்.ஸி. இராஜாவின் தகப்ப னாரான திரு சின்னதம்பி பிள்ளையென்னு மொருவர், சமூக முன்னேற்றத்தையும், பொருளாதார வளர்ச்சியையும் நோக்கமாக வுடைய ஆதிதிராவிட சபையின் காரியதரிசியாக இருந்தார். இவ்விரு சபைகளும் ஏறக்குறைய 1892ம் வருடத்திலேயே ஆரம்பிக்கப்பட்டன. பின் குறிக்கப்பட்ட சபை சில வருடங்களுக்குள் இறந்தொழிந்தது. ஆனால் முன் குறிக்கப்பட்ட அதாவது பறைய மஹாஜன சபை மட்டும் இடைவிடாது வேலை செய்து வந்தது. சாதி இந்து சமூகங்களிலிருந்து தாழ்த்தப்பட்ட வகுப்பார் ஒரு சமூகமாகப் பிரியவே, 1893ம் வருடத்தில் "பறையா" என்னும் ஒரு சமூகத்தைக் கொண்டு வந்து பறைய மஹாஜன சபை அரசியல் துறையில் இறங்கி வேலை செய்துவந்த தோடு, அவைகளால் சில அரசியல் உரிமைகளிலும் நன்மை தரத்தக்க கோரிக்கைகளிலும் வெற்றிபெற்றது. இவையெல்லாம் பறைய மஹா ஜன சபையின் கிளர்ச்சியினால் உண்டானவைகளாகும். இதன் கோரிக் கைகளை மாண்டேகு செம்ஸ் போர்டு சீர்திருத்தத்தினால் ஆலோசிக்கப் பட்டன. இதனால் இவ்வகுப்புக்காகச் சட்டசபையில் பிரதிநிதித் துவம் ஏற்படுத்தப்பட்டது அதன் பயனாகவே இப்போது திரு எம். ஸி. இராஜாவும் மற்றவர்களும் சட்ட சபையில் ஸ்தானம் வகித்திருக்

கின்றனர். இப்போது திராவிட மஹாஜன சபை யென்னும் பெயரால் வழங்கும் பறைய மஹாஜன சபையால் செய்யப்பட்டவைகளென்று கூறப்பட்டு வந்த இந்நிகழ்ச்சிகள் உண்மைதான் என்று சொல்லக் கூடிய பிரமுகர்கள் இன்னும் உயிர் வாழ்ந்து வருகிறார்கள். பறைய மஹாஜன சபையின் முயற்சியால் தாழ்த்தப்பட்ட வகுப்பார் அரசி யலில் நுழைந்தபோது, அங்சமயத்தில் திரு எம்.ஸி.இராஜாவும், திரு.பி.எம்.தாஸும் பிறந்திருப்பார்களென்று நான் நினைக்க வில்லை. இன்று திரு. இராஜா எந்தவிதமான தகுதியிலிருந்தாலும் அது பறைய மஹாஜன சபையின் கிளர்ச்சியால் வந்ததென்றே அவர் உணரவேண்டும். ஆனால் அவரும், அவரது தகப்பனாரும் சாதித்த தாகச் சொல்லுகிறபடி, ஒன்றும் அரசியலில் அவர்கள் செய்துவிட வில்லை. எனவே, திரு. இராஜாவும், திரு. தாஸும், தங்களுக்குத் தெரியாத விஷயங்களைப் பற்றி அறிக்கைகள் வெளியிடுவது ஒழுங் கானதன்று என்பதை அறிவார்களாக. ஆனால், சமூகம் சம்பந்தப்பட்ட வளவிலும், பொதுவிலும் தவறான வழியிலிறங்காது, அவர்கள் கௌரவமான முறையிலும், மனச்சாட்சிக்கு விரோதமில்லாமலும் உண்மைகளை வெளியிடலாம்.

கடைசியாக, நான் ஒருவித முடிவுக்கு வருவதற்குமுன், திரு.தாஸ் என்ன சொல்லுகிறாரென்பதை நான் சரியாக அரிய விரும்புகிறேன். அவரது கடிதத்தின் கடைசி வார்த்தை பின் வருமாறு கூறப்பட் டிருக்கிறது:- "எனவே, அருமை ஆதிதிராவிட சகோதரர்களே! ஜாதி இந்துக்களெல்லாரிடத்திலும் அவர்கள் எந்தக் கட்சியினராயினும், மிக ஜாக்கிரதையா யிருங்கள்; மிக எச்சரிக்கையாயிருங்கள்". இது அவர் கடிதத்தில் பொதுவான தொனியோடு நிறைந்திருக்கிறது. உண்மையில் அது தன்னையே மறுப்பதாக இருக்கிறது. அவர் கடைசியாகக் கூறிய வார்த்தையை உண்மையாக உணருவாரானால், திட்டமாக இவரும் திரு எம்.ஸி. இராஜாவைக் குறை கூறுபவர்களுள் ஒருவராகவே ஆகி விடுகிறார் என்பது நன்கு விளங்கும்.

ஒரு களங்கமற்ற ஆதிதிராவிடன்.

திராவிடன், 04 ஏப்ரல் 1932, மலர். 16, இதழ்-349, ப. 1.

7. தாழ்த்தப்பட்டாரின் உண்மை நிலை - பாலகுருசிவம்

சென்னை புதுப்பேட்டையில் டி. சுந்தர ராவ் நாயுடு பி.ஏ., பி.எல். எம்.எல்.சி. தலைமையில் நடைபெற்ற தாழ்த்தப்பட்டோர் தொண்டர் படைத் திறப்பு விழாவில் பாலகுருசிவம் பேசிய பிரசங்கத்தின் சுருக்கம்:-

அக்ராசனாதிபதி அவர்களே! கனவான்களே!! பெரியோர்களே!!!

தாழ்த்தப்பட்டார் தொண்டர் படையினர் சார்பாக ஆங்காங்கே பல கிளைச் சங்கங்கள் நிறுவி வருவதையும் வாலிபர்களுக்குள் உண்டாகியிருக்கும் ஓர் புதிய உணர்ச்சியையும் கண்டு உண்மையான தொண்டர்கள் பாரட்டுவதை நாம் அறிந்து வருகிறோம். இத் தொண்டர்படையின் நோக்கத்தையும் ஆரம்பித்தை நிலைகளையும் (8.11.31) சிந்தாதிரிபேட்டை மாடல் ஸ்கூலில் பேசியபோது விளக்கி யிருக்கிறேன். அது நமது திராவிடனிலும் இதர பல பத்திரிகைகளிலும் வெளிவந்திருப்பதை நேயர் வாசித்திருக்கலாம். எனினும், தாழ்த்தப் பட்டவர் என்று ஏன் சொல்லிக்கொள்ள வேண்டுமென்னும் ஆசங்கை நம்மில் சிலருக்கு இருக்கிறதாகவும், சில விஷமிகள் இதனைச் சாரம் தெரியாது பிதற்றி வருவதையும் நேயர்கள் சிலர் நம்மை வினாவி வருகிறார்கள். அவர்களுக்குப் பொதுவாக சில விளக்குவோம்.

தாழ்த்தப்பட்டார்

தலைவர் அவர்களே! அன்பர்களே!! "இந்து மதம்" என்னும் பேரால் மனித உணர்ச்சிக் கெட்டு அடிக்கொரு சாதிப் பிரிவினைகள் ஏற்பட்டு சமத்துவமற்று சுதந்தரமற்று பிறப்பில் உயர்வு தாழ்வு கற்பிக்கப்பட்டு அவற்றிற்கு வர்ணாச்சிரமம் என்னும் பகுத்தறிவுக்குப் பொருத்தமில்லா அதர்மத்தில் எழுதப்பட்டு அதனால் அம்மதத்தின் சார்பாக பல்லாற்றாலும் அல்லல்பட்டு வரும், ஜனத்தொகையாக இருக்கும் நமது எண்ணிக்கை சுமார் ஏழுகோடி என எல்லாரும்,

அரசாங்கமும் அறிந்த உண்மையாகும். கடந்த 10 ஆண்டுகளுக்கு முன்னர் சீர்திருத்தம் வழங்கவந்த கவர்னர் ஜெனரல், செம்ஸ்போர்ட் துரை மகனார் அவர்கள் கூறிக்கொண்டுள்ளபடி (டிர்பெரஸ் கிளாஸஸ்) அதாவது தாழ்த்தப்பட்டவர்கள் என்னும் பகுதிகளில் ஆதிதிராவிடர், அருந்ததியர், செருமர், பள்ளர், குறவர் முதலிய 11-பிரிவுகளைத் தாழ்த்தப்பட்டவர்களாக, பல மேதாவிகள் அபிப்பிராயப்படி அரசாங் கத்தில் அமைக்கப்பட்டிருக்கிறது. அரசாங்க முறையில் நம்முடைய கோரிக்கைகளை ஈடேற்றிக் கொள்வதற்கு மேற்படி பகுதியின் சார் பாக நம்மில் தாழ்த்தப்பட்ட சிலரை, நமக்குப் பிரதிநிதிகளாகச் சென்னை சட்டசபையிலும் இந்தியச் சட்டசபையிலும் இதுபோது நடந்துவரும் வட்டமேஜை மகாநாட்டிலும் அரசாங்கத்தாரால் நிய மிக்கப்பட்டிருப்பதே சான்றாகும் கனவான்களே! தாழ்ந்தவன் என்ப தற்கும் தாழ்த்தப்பட்டவன் என்பதற்கும் நால் பொருள் அறிதல் வேண்டும். நாம் தாழ்ந்தவன் என்று யாண்டு எந்நிலையிலும் எப் பொழுதும் சொல்லி கொள்ளுகிறதில்லை. ஆனால் தாழ்த்தப்பட்டவர் என்பது வருணாச்சிரமென்னும் அழுக்கு மூட்டையைத் தூக்கிக் கொண்டிருக்கும் இந்துக்களால் வேணுமென்றே தாழ்த்தப்பட்டு நம்மைச் சிதைத்து வருவதை வெளிப்படுத்தவே அறிஞர்கள் தாழ்த்தப் பட்டார் என்னும் பெயரிய வார்த்தையால் அழைக்கப்பட்டார்கள். அரசாங்கத்திலும் அது பதிவுற்றுச் சில கிளர்ச்சிகளும் உரிமை அடைய சாதகமாகவும் வழங்குகின்றன. இத்தகைய காரணங்களால் நம்முடன் அடக்கப்பட்டிருக்கும் மாலா, மாதிகா, செருமா முதலிய எல்லா வகுப்புகளும் முன்னேற்றத்தில் நுழைந்து வேலை செய்ய வேண்டு மென்னும் குவிந்த பெருங்கருத்துடன் தாழ்த்தப்பட்டார் தொண்டர் படை என்னும் பெரிய இயக்கத்தை நிறுவலாயிற்று. இதன் ஆரம்ப நிலைக்குக் காரணமாயிருந்த எல்லா விஷயங்களும் நம்மில் மத சம்பந்தமான எத்தகைய வித்தியாசங்களும் பாராட்டாமல் அரசியல், மதவியல் சீர்திருத்தங்களில் ஒற்றுபட்டு உழைக்க வேண்டுமென்னும் கருத்தே யாரும் கிருத்துவர்களில் தாழ்த்தப்பட்டு ஒடுக்கப்பட்டு நசுக்கப்பட்டு அரசியல் ஆக்கம் இல்லாமல் வருந்தி வருகிறார் களென்பதை இப்படையால் விளக்கி பல ...(சில வரிகளின் வார்த் தைகள் தெளிவற்று இருக்கின்றன)நம்மில் சலிர் இவ்வுண்மைகளை அறியமுடியாமல் அறிந்தவர்களிடம் பழகாமல் ஒரு மத நம்பிக் கையோ சாமி நம்பிக்கையோ சாமியில்லை யென்னும் வாதத்திலோ முற்பட்டுக்கொண்டு ஏன் ஆதிதிராவிடர் என்ற பெயர் வைக்க க் கூடாது, அது என்ன தாழ்த்தப்பட்டார் தொண்டர்படை? ஏன் ஆதி

திராவிடர் தொண்டர்படை என ஆரம்பிக்கக்கூடாது என்று சொல்லி கிறதாக என்னிடம் விஷயம் எட்டுகிறது. அத்தகைய சத்தேகமுடை யவர்கள் இம்மாபெருங்கூட்டத்தில் கேட்கலாம். நான் கூடுமான வரையில் பதில் சொல்லுகிறேன். (தாழ்த்தப்பட்டார் தொண்டர்படை என்பது சரி என்ற சத்தம்).

சுயமரியாதை இயக்கம்

கனவான்களே! சுயமரியாதை இக்கமென்பது ஒரு புதியதான இயக்கம் என்றும் அவ்வியக்கம் நமக்கு உரிமையான பல நிலை களுக்கு உழைத்து வருகிற தென்பதற்கும் அவ்வியக்கத்தை மக்க ளிடைப் பரப்பி வருவதற்கும் அதன் தலைவராக உழைத்துவரும் ஈரோடு திரு ஈ.வே.ராமசாமிப் பெரியார் அவர்களுக்கும் நாம் என்றும் நன்றி பாராட்டக் கடமையுடையோம். எனினும் அவ்வியக்கத்தைத் தோற்றுவித்தவர் யார்? அவ்வியக்கத்தின் தாதுப் பொருள் என்ன? என்பதை விளக்க நான் சிறிது முற்படுகிறேன்.

சங்கை அயோத்திதாசப் பண்டிதர்

நம் தாழ்த்தப்பட்ட மக்களிடையே தோன்றியவரும் தமிழ் சாத்திர நிபுணருந் தென்னிந்தியாவிலே பௌத்த தன்மத்தை மக்களிடைப் பரப்பி தாழ்த்தப்பட்டவர்கள் விழ..க்கு (ஒரு எழுத்து தெளிவற்று இருக்கிறது) வழிகோலியவரும், வருணாச்சிரம தர்மம் என்பதும் தீண்டாமை என்பதும் மதப்புரட்டு, புராணப்புரட்டு ஆகியவற்றை விளக்கும் அரிய ஆராய்ச்சி நூல்களின் ஆசிரியராய் விளங்கியிருந்த வரும் ஆகிய காலஞ் சென்னை சங்கை அயோத்திதாசப் பெருமான் அவர்களே, சுயமரியாதைத் தலைவரென்பதை நான் வலியுறுத்து கிறேன் (கரகோசம்) இப்பங்கை அதாவது இவர் உழைப்பின் பயன், சில சாதி இந்துக்கள் கைப்பற்றிய முறைக்கு நாம் வருந்தாமலிருக்க முடியாது. சொல்லவேண்டுமானால் மதப்போராட்டத்தில், வரு ணாச்சிர தர்ம மென்னும் ஆபாசத்தில் உழன்றுள்ள சில சாதி இந்துக்களும் இப்பெருமான் அவர்கள் நூலாலும் பிரசாரத்தினாலும் விழிப்படைந்துள்ளார்களென்பதை மறுக்கமுடியாது. இவர் தனிப் பட்ட முறையில் நம் தாழ்த்தப்பட்ட தொண்டர்களைக் கொண்டு செய்துவந்திருக்கும் பிரசாரமே நம்மை விழிப்படையச் செய்திருக் கிறதென்பதை எவராலும் மறுக்க முடியாது. இவர் உழைப்பையும் கெடுக்க நம்மில் சிலர் மதவெறி, சாத்திரவெறி கொண்டு கெடுதலுடன்,

பௌத்த நண்பர்களில் சிலரும் இவர் தொண்டை ஜாதி இந்துக்கள் வகுப்பின் பௌத்தரெனப்படுபவர்களுக்கு ஒப்பி வைத்துவிட்டு இவர் புகழை அமிழ்த்தினார்கள் என்று எம்போன்ற அநேகருக்குத் தெரிந்திருக்குமென நம்புகிறேன். இதனையே நம் திரு. ராமசாமிப் பெரியார், பிரசங்கித்து தொண்டர்களைச் சேர்த்து வேலைசெய்து வருகிறாரே ஒழிய, மற்றபடி வேறில்லை. நியாயப்படி, சுயமரியாதைத் தலைவர் யார்? சங்கை க. அயோத்திதாசப் பண்டிதர் அவர்களே (நீண்ட கரகோஷம்). அவ்வியக்கத்தைப் பரிபாலித்து வரும் திரு. ஈ.வே. ராமசாமியார் அவர்கள் ஜாதி இந்துக்கள் வகுப்பினராயினும் காங்கிரசில் கட்டுண்டிருந்தவராயினும் இது போது நமது ஓர் அநுதாபி. இவ்வியக்கத்தின் பேரால் அவரோ அவர் தொண்டரோ நமக்கு விடுதலை யில்லாத காரியங்களைப் பரப்பி, நமக்கும் ஜாதி இந்துக்களுக்கும் கலக நிலையான காரியம் செய்கிறதாயிருந்தால் நாம் கண்டிக்கத் தியங்கக்கூடாது. இனி சுயமரியாதை இயக்கம் தாழ்த்தப்பட்ட மக்கள் விடுதலைக்கு உழைப்பதாலும் தாழ்த்தப் பட்ட பெரு மக்கள் விடுதலைக்கு இளைஞர்களால் ஆரம்பிக்கப்பட் டிருக்கும் தாழ்த்தப்பட்டார் தொண்டர் படையின் சார்பாகவே உழைக்க முன்வர வேண்டுகிறேன். இது நமது மக்கள் கட்டுப்பட்டிருக்கும் பெரிய ஸ்தாபனம் இதுவன்றி தாழ்த்தப்பட்டார் தொண்டர் படைக்கு ஆதரவு அளிக்க வேண்டுமென்னும் எண்ணத்தைக் கொண்டுள்ள எல்லா தியாகங்களும் இதன் சார்பாக விஷயங்களையும் உண்மைகளையும் அறிந்து உழைக்க முன் வரலாமென்பதை விண்ணப்பித்துக்கொண்டு தாழ்த்தப்பட்டார் தொண்டர்படையின் நோக்கங்களை விளக்கினார்.

திராவிடன், 27 நவம்பர் 1931, ப. 7.